நல்லவனுக்கு எதற்கு இன்காக்னிடோ?

டிஜிட்டல் உலகம்: ஒரு பருந்துப் பார்வை

இது ஒரு

மெட்ராஸ் பேப்பர்

தயாரிப்பு

நல்லவனுக்கு எதற்கு இன்காக்னிடோ?

டிஜிட்டல் உலகம்: ஒரு பருந்துப் பார்வை

கே.எஸ்.குப்புசாமி

மெட்ராஸ் பேப்பர்

Title: Nallavanukku Etharku Incognito
Author's Name: K.S. Kuppusamy

Published by MadrasPaper

மெட்ராஸ் பேப்பர்
MadrasPaper
(An imprint of Zero Degree Publishing)
No. 55(7), R Block, 6th Avenue,
Anna Nagar,
Chennai - 600 040

Website: www.madraspaper.com
www.zerodegreepublishing.com
E Mail id: zerodegreepublishing@gmail.com
Phone: 89250 61999

First Edition: November 2023
ISBN: 978-93-95511-57-5
TITLE NO MP: 17

Cover Design & Layout: Vijayan, Creative Studio

சமர்ப்பணம்

எனது தந்தை கே.வீ.சீனிவாசன்
அவர்களுக்கு

பொருளடக்கம்

அறிமுகம் 9

1. வலையில் சிக்காத மீன்கள் 11
2. களவாணிகளுக்கு உதவாதீர்கள் 16
3. டிஜிட்டல் டயட் 20
4. தோள் கொடுக்கும் தொழில்நுட்பம் 27
5. கருவிகளிடமிருந்து கற்போம் 32
6. சொகுசு முக்கியம் 36
7. அப்டேட் ஆனால் ஆபத்தில்லை 41
8. நீலத்தைப் பறித்துவிட்டால் வானத்தில் ஏது உண்டு? 46
9. மூக்கால் படிக்கலாம் 51
10. புது வீட்டைப் பிரிண்ட் பண்ணலாமா? 56
11. பிரவுசர் யுத்தம் 60
12. நல்லவனுக்கு எதற்கு இன்காக்னிட்டோ? 65
13. மேனேஜரைக் காதலிப்போம் 70
14. உங்க கம்ப்யூட்டருக்கு வேக்ஸீன் போட்டாச்சா? 75
15. வேகத்தைக் காதலிப்போம் 80
16. வெங்காயமா? வேண்டவே வேண்டாம் 84
17. மால்வேர் குடும்பத்தார் 88
18. நூல் கொண்டு ஆடும் பொம்மை 94
19. அர்த்தநாரி கம்ப்யூட்டர்கள் 100
20. அணிவதெல்லாம் நுட்பம் 105
21. தோசை நடந்து வரும்;
    தோசைக் கரண்டி பறந்து வரும்! 109
22. குழந்தையும் கோடிங் தெய்வமும் 113
23. சாப்ட்வேர் சுதந்திரம் 117
24. பறவைகள், துறவிகள் மற்றும் டொமைன்கள் 121

25. ஏ.ஐ என்னும் மண்புழு 125
26. டிஜிட்டல் மணிமேகலை 129
27. கனவிற்குள் வரும் கனவு 134
28. எது இல்லையோ அது 138
29. சில்லிலே கலை வண்ணம் கண்டான் 142
30. புத்தம் புது வேலை வரும் 146
31. டிஜிட்டலில் இந்திய மொழிகள் 150
32. புதிய நூறு... பழைய அறுபது... 155
33. 4Kயில் போர்னோ 159
34. ரோபோ சமுதாயம் வாழ்கவே 163
35. ஃபோன் கல்யாணம் 167

அறிமுகம்

மனிதர்களுக்கு மனம் சார்ந்தது தான் வாழ்க்கை. இன்று நம் மனங்களையெல்லாம் ஆக்கிரமித்திருக்கிறது டிஜிட்டல் உலகம். சூழ்ந்திருக்கும் புறவுலகம் ஏற்படுத்தும் தாக்கத்தைவிட கணினி, ஸ்மார்ட்ஃபோன் மற்றும் இணையத்தால் நிர்மாணிக்கப்பட்டிருக்கும் டிஜிட்டல் உலகம் நம்மில் ஏற்படுத்தும் தாக்கம் பன்மடங்கு அதிகம். வசீகரமானது இவ்வுலகம்.

பேரரசர்களுக்குக்கூடக் கிட்டாத வசதிகள் பலவும் இன்று சராசரி மனிதர்களாகிய நம் அனைவருக்கும் கிட்டியிருப்பது இந்த டிஜிட்டல் உலகத்தால் தான். மனிதகுல வரலாற்றிலேயே இதுபோன்ற வசதிகளுடன் வாழும் முதல் தலைமுறை நாமே.

நம்மில் பலரும் ஸ்மார்ட்ஃபோன், இணையம் என அனைத்தையும் பயன்படுத்தினாலும், இவை குறித்த தெள்ளிய புரிதல் சிலரிடம் மட்டுமே உள்ளது. இதுபோக, வாட்ஸ் ஆப் போன்ற சமூக ஊடகங்களில் பரப்பப்படும் வதந்திகளால் தவறான புரிதல்களும் அதிகரித்துள்ளன. இந்தப் புத்தம் உங்களுக்கு டிஜிட்டல் உலகின் பருந்துப் பார்வையை வழங்கும்.

டிஜிட்டல் உலகில் என்னென்ன வசதிகள் உள்ளன, எவற்றையெல்லாம் நம் வாழ்வைச் செம்மைப்படுத்தப்

பயன்படுத்தலாம், எவை ஆபத்து, என்ன பாதுகாப்பு நடவடிக்கைகள் எடுக்க வேண்டும் என்பது குறித்தெல்லாம் எளிய முறையில் விளக்குவதே இப்புத்தகத்தின் நோக்கம்.

போரடிக்கும் வகுப்பறை போலில்லாமல், நண்பர்களுக்குள் ஜாலியாகப் பேசிக்கொள்ளும் நடையில் எழுதப்பட்டுள்ளது இந்தப் புத்தகம்.

பள்ளி கல்லூரி மாணவர்கள் முதல் பணி நிறைவு பெற்றோர்வரை அனைவருமே படித்துப் புரிந்து கொள்ளும் வண்ணம் எழுதப்பட்ட முப்பந்தைந்து எளிய கட்டுரைகள். வரிசையாகத் தான் படிக்கவேண்டும் என்றில்லை. உங்களின் ஓய்வு நேரத்தில் எந்தக் கட்டுரையையும் வாசிக்கலாம்.

உங்கள் நண்பர்களிடம் பேசும்போது, புதிது புதிதாய், ஆர்வமாய்ப் பேச டிஜிட்டல் உலகச் சுவாரசியங்கள் கொட்டிக்கிடக்கின்றன இந்தப் புத்தகத்தில்.

வாருங்கள்... டிஜிட்டல் உலகின் மேல் பருந்தெனப் பறக்கத் தயார் ஆவோம்.

1. வலையில் சிக்காத மீன்கள்

இது இண்டர்நெட் காலம். இண்டர்நெட் இணைப்பின் வேகம்தான் நமது அன்றாடச் சுறுசுறுப்பையே நிர்ணயிக்கிறது. தகவல்களைத் தேட இண்டர்நெட். சேவைகளைப் பெற இண்டர்நெட். இதனால் இண்டர்நெட் மீதான நமது சார்பு சமீப காலங்களில் மிகவும் அதிகரித்திருக்கிறது. இந்தச் சூழலில் சைபர் பாதுகாப்பு குறித்த விழிப்புணர்வு அத்தியாவசியமாகிறது. அதிலும் குறிப்பாக மகளிர்க்கு.

பாதுகாப்பின் முதல் படி ஆபத்துகள் பற்றிய அறிவு. இணையம் என்பது பொதுவெளி. உலகப் பொதுவெளி. அதிவேக நெடுஞ்சாலைபோல. கணநேரக் கவனக் குறைவும் பெரும் ஆபத்தைச் சட்டெனஅழைத்து வரும். இணைய வெளியில் பெண்களைக் குறிவைக்கும் சைபர் தாக்குதல்களையும் அவற்றில் சிக்காமலிருக்க என்னென்ன செய்யலாம் என்பதையும் தெரிந்து கொள்வோம்.

பெரும்பாலான பெண்கள் இணைய வெளியில் சந்திக்கும் பிரச்சனை 'சைபர் ஸ்டாக்கிங்' (Cyber Stalking). இணையம் மூலம் பின்தொடர்தல், பிரச்சனை கொடுத்தல். உதாரணமாக உங்களுக்கு அறிமுகமே இல்லாத நபர் ஒருவர் வாட்ஸ் ஆப்பில் உங்களுக்கு மெசேஜ் அனுப்புகிறார். அதில் உங்களைச்

சங்கடப்படுத்தும் வகையில் ஏதோ உள்ளது. பொதுவாக இந்த மெசேஜ்களில் பயமுறுத்துவது, புண்படுத்துவது, அவமானப்படுத்துவது போல ஏதேனும் இருக்கலாம். நீங்கள் தெளிவாக உங்கள் மறுப்பைத் தெரிவிக்கின்றீர்கள். ஆனாலும் அவர் தொடர்ந்து மெசெஜ் செய்கிறார். இது சைபர் ஸ்டாக்கிங். வாட்ஸ் ஆப்பில் நீங்கள் அவரைப் பிளாக் செய்து விடலாம். மீண்டும் அவர் நீங்கள் பங்குபெறும் பிற இணைய குழுக்கள் வழியாக உங்களைத் தொந்தரவு செய்கிறார். ஈ - மெயில் அல்லது பிற ஊடகங்கள் மூலமாகவும் இருக்கலாம். இது தண்டனைக்குரிய குற்றம்.

பெண்களுக்கு எதிரான குற்றங்கள் இணைய வெளியில் அதிகம். குறிப்பாகப் பெண் குழந்தைகளுக்கு எதிராக. 'சைபர் புல்லியிங்' (Cyber bullying) என்னும் பிரச்சனையால் குழந்தைகள் பெரிதும் பாதிக்கப்படுகின்றனர். போட்டோக்கள், வீடியோக்கள் மற்றும் மெசேஜ்கள் வழியே குழந்தைகளைத் தீவிர மன உளைச்சலுக்கு உட்படுத்துவது சைபர் புல்லியிங். ஃபேக் ஐ.டி (Fake ID) மூலம் பெண் குழந்தைகள் மிரட்டப்படுவது வேகமாக அதிகரித்து வருகிறது. பெற்றோரின் கண்காணிப்பு இன்றியமையாதது.

மார்பிங் செய்யப்பட்ட போட்டோக்கள் மற்றுமொரு பிரச்சனை. இப்போதெல்லாம் 'டீப் ஃபேக்' (Deep Fake) என்னும் வீடியோக்களும் பரவலாகி வருகின்றன. வீடியோக்களில் முகம் மாற்றும் இந்தச் சதி மூலம் பெண்கள் மிரட்டப்படுகிறனர். இது உளவியல் ரீதியான பிரச்சனைகளுக்குக் காரணமாய் அமைகிறது.

இந்தப் பத்தியைப் படிக்கும் முன் ஒரு டம்ளர் ஜில்லென்ற தண்ணீர் குடிக்கவும். மூன்று முறை ஆழமாக மூச்சை இழுத்து விடுதல் கூடுதல் நன்மை பயக்கும். மேலும் சில இணையவழிக் குற்றங்களை அறிமுகம் செய்து கொள்ளப் போகிறோம். போலி வலைத்தளங்களை உருவாக்கி உங்கள் தகவல்களைத் திருடுவது 'பிஸ்ஸிங்' (Phishing). உங்களுக்குத் தெரியாமலேயே உங்கள் கம்ப்யூட்டர் அல்லது மொபைல் போனில் புகுந்து கொள்ளும் சாப்ட்வேர் 'மால்வேர்கள்'. நீங்கள் கீபோர்டில் தட்டச்சு செய்யும் அனைத்தையும் திருடுவது 'கீ லாகர்கள்'. கேமரா ஹாக் செய்யப்பட்டு உங்கள் நடவடிக்கையை உலகின்

எங்கோவொரு மூலையிலிருந்து பதிவு செய்ய முடியும். இதேபோல் மைக்கையும். மொத்தத்தில் வேவு பார்க்கும் சாப்ட்வேர்கள் 'ஸ்பைவேர்.'

இவ்வளவு ஆபத்துக்கள் உள்ளனவே. என்ன செய்வது? இணையத்தைப் புறக்கணித்து விடலாமா? மீண்டும் ஜுராசிக் காலத்திற்கா போய் விட முடியும்?. தேவையில்லை. பிரச்சனை இருப்பதே தெரியாமலிருப்பதுதான் உண்மையில் பெரிய பிரச்சனை. என்னென்ன பிரச்சனைகள் வரக்கூடும் என்று தெரிந்தபின் நாம் முன்னெச்சரிக்கை நடவடிக்கைகள் எடுப்பது எளிது. என்னவெல்லாம் செய்யலாமென்று பார்ப்போம்.

சோஷியல் மீடியாவில் நீங்கள் ஒரு போட்டோ போடுகிறீர்கள். பின்னர் வேண்டாமென்று டெலிட் செய்து விடுகிறீர்கள். உண்மையில் உங்கள் போட்டோ டெலிட் ஆகிவிட்டதா என்ன? இல்லை. இணையத்தில் போட்டோக்கள் அப்லோட் செய்யப்படுவது ஒருவழிப் பாதை. நீங்கள் தெளிவாக மனதில் கொள்ள வேண்டியது, அப்லோட் செய்யும்வரை மட்டுமே அது உங்கள் சொத்து. செய்தபின் அது பொதுச்சொத்து. நீங்கள் "ப்ரோபைல் லாக்" என்றெல்லாம் சமாதானப்படுத்திக் கொள்ளலாம். ஆனால் எளிதில் திரையைப் பதிவு செய்து "ஸ்கீரின் ஷாட்" எடுக்க முடியும். எண்ணித் துணிக அப்லோட். துணிந்த பின் எண்ணுவதில் பயனில்லை.

உங்களுக்கு இணையம் வழியாக மட்டுமே அறிமுகமான எவரிடமும் தனிப்பட்ட தகவல்களைப் பகிராதீர்கள். உங்கள் இணைய நண்பர் நல்லவராகவே இருக்கட்டும். அவரது மொபைல் போன் அல்லது லேப்டாப் தொலையும் பட்சத்தில் நீங்கள் அனுப்பிய தகவல்கள் மூன்றாம் நபர் கையில் சிக்கக்கூடும் என்பதை நினைவில் கொள்ள வேண்டும்.

உங்கள் மொபைலில் தேவையற்ற செயலிகளை இன்ஸ்டால் செய்யாதீர். இவை பெரும்பாலும் தகவல் திருடும் ஏஜெண்ட்கள். உதாரணமாக, செல்பி எடிட் செய்ய ஒரு செயலியை இன்ஸ்டால் செய்கிறீர்கள். அது உங்கள் போனில் உள்ள கான்டாக்ட்களை படிக்கும் அனுமதி கேட்கிறது. நம் போட்டோவை எடிட் செய்ய எதற்கு நமது நண்பர்களின் நம்பர்கள்? இவ்வாறான செயலிகள் ஆபத்தானவை. செயலிகளுக்குப் பெர்மிஷன்களை

வாரி வழங்கும் வள்ளலாக வேண்டாம்.

இப்போதெல்லாம் லேப்டாப் கேமராக்கள் மூடியுடன் வருகின்றன. பயன்படுத்தாதபோது ஷட்டரை இறுக்கிச் சாத்தவும். உங்கள் லேப்டாப்பில் இந்த மூடியில்லையெனில் வாங்கிப் பொருத்தவும். குறைந்த விலை தான்.

இணையப் பாதுகாப்பின் பாலபாடம் “பாஸ்வேர்ட் பாதுகாப்பு”. ஈருடல் ஓருயிரானும் பாஸ்வேர்டைப் பகிர வேண்டாம். குழந்தை குட்டிகள், குடும்பத்தாரின் பெயர்களைப் பாஸ்வேர்டாய் வைக்காதீர்கள். உங்களின் குடும்பப் பாசம் உங்கள் பாஸ்வேர்டில் பிரதிபலிக்காமல் இருக்கட்டும். பாஸ்வேர்டுடன் எந்தச் சென்டிமெண்ட்டும் ஏற்படுத்தாதீர்கள். “இருபது வருஷமா இதே பாஸ்வேர்ட்தான் வச்சுருக்கேன்” என அலப்பறை செய்யாதீர்கள்.

உங்கள் கம்யூட்டர் மற்றும் மொபைலில் உள்ள சாப்ட்வேர்களை அப்டேட் செய்து கொண்டே இருங்கள். சாப்ட்வேரில் பழையன கழிந்து புதியன புகுதல் அவசியம். ஆன்ட்டி வைரஸ் சாப்ட்வேர்களைப் பயன்படுத்துங்கள். அவற்றை அப்டேட்டடாக வைத்திருப்பது அத்தியாவசியம்.

உங்கள் வீட்டில் பள்ளிப்பருவக் குழந்தைகள் இருந்தால் முன்பின் தெரியாதோரிடம் இண்டர்நெட் மூலம் பேசக் கூடாது என்பதை அவர்களின் மனதில் பதிய வையுங்கள். சமூக வலைத்தளங்களில் பார்க்கும் படிக்கும் கேட்கும் தகவல்கள் அனைத்தும் உண்மையாக இருக்க வேண்டிய அவசியமில்லை என்பதை அவர்களுக்குப் புரிய வையுங்கள். கண்டிப்பாகத் தங்களின் போட்டோ மற்றும் வீடியோக்களைப் பிறரிடம் பகிரக் கூடாது என உணர்த்துங்கள். இண்டர்நெட்டில் எக்காரணம் கொண்டும் தங்கள் கேமராவை ஆன் செய்யக் கூடாது எனத் தெளிவுபடுத்துங்கள். இவையனைத்தையும் கட்டளைபோல் அல்லாமல் குணமாகச் சொல்லவும்.

பப்ளிக் வை-பை நெட்வொர்க்கில் வங்கிச் சேவைகளைப் பயன்படுத்தாதீர்கள். ஓ.டி.பி.களை பகிராதீர்கள்.

எல்லாமும் செய்தும், ஏதேனும் பிரச்சனையில் சிக்கிக் கொண்டால் பயப்படாதீர்கள். உள்ளுக்குள்ளேயே மருகிக்

கொண்டிருக்காதீர்கள். உதவி கேட்கத் தயங்காதீர். காவல் துறையின் சைபர் கிரைம் டிபார்ட்மென்ட் கட்டாயம் உதவிக்கரம் நீட்டுவர். சைபர் கிரைம் உதவி எண் *1930* அழைக்கலாம். தேசிய சைபர் கிரைம் தளத்தை அணுகவும் (https://cybercrime.gov.in/Webform/crmcondi.aspx). மகளிர் மற்றும் குழந்தைகளுக்கு எதிரான சைபர் குற்றங்களை இங்கு முறையிடலாம். பாதிக்கப்பட்டவரின் தகவல்கள் வெளிப்படுத்தப்பட மாட்டாது.

இணையம் வலிமை மிக்கது. மின்சாரம் போல. அசந்தால் ஆளையே கொல்லும் மின்சாரம். அதையே நாம் பூனைக்குட்டி போலச் சுலபமாகக் கையாளக் கற்றுக் கொள்ளவில்லையா? இணையமும் அப்படித் தான். இணையம் வையக அளவிலான வலை. ஆனால் வலையில் சிக்காத மீனாய் இருங்கள்.

2. களவாணிகளுக்கு உதவாதீர்கள்

“உங்களோட விண்டோஸ் ஒரிஜினலா?” நான் இந்தக் கேள்வியைப் பலரிடமும் கேட்பதுண்டு. மிகச் சிலரே “ஆம்” என்று சொல்கிறார்கள். பிற பதில்கள், “தெரியாது”, “அதனால என்ன”, “இல்லை”, “அப்டி ஒண்ணு இருக்கா சார்?” திருட்டு சி.டி போலத் திருட்டு சாப்ட்வேர்களும் நம்மிடையே பரவலாகியுள்ளன. இதனால் விளையும் பெரும் சிக்கல்களையும் அவற்றிற்கான தீர்வுகளையும் தெரிந்து கொள்வோம்.

ஒரு கம்ப்யூட்டர் வாங்கப்போகிறோம் என வைத்துக் கொள்வோம். என்ன ப்ராசஸர்? எவ்வளவு மெமரி? ஹார்ட் டிஸ்க் கொள்ளளவு என்ன? இதைத் தான் யோசிப்போம். இவற்றின் விலைதான் நம் கணக்கில் வருகிறது. எந்தக் கம்ப்யூட்டரையும் பயனுள்ளதாக மாற்றுபவை அதில் இன்ஸ்டால் செய்யப்படும் சாப்ட்வேர்கள். அவற்றின் விலையை நாம் கணக்கில் கொள்வதில்லை. ஏனெனில் உங்களுக்குக் கம்ப்யூட்டர் விற்கும் கடைக்காரர் “சாப்ட்வேர்லாம் லோட் பண்ணிக்கலாம் சார்” என்று சொல்வதனால். அல்லது நீங்கள் அவரிடம் “விண்டோஸ், ஆபிஸ், போட்டோஷாப்லாம் லேட்டஸ்ட் வெர்ஷன் இன்ஸ்டால் பண்ணிக் குடுத்துருங்க” எனக் கேட்பதனால்.

கொஞ்சம் யோசித்துப் பாருங்கள்... நீங்கள் வாங்கும் கம்ப்யூட்டரின் விலையைவிட அதிக மதிப்புடைய சாப்ட்வேர்களை எப்படி இலவசமாகக் கொடுக்க முடியும்? இவ்வாறு முறையற்ற வகையில் சாப்ட்வேர்கள் பகிரப்படுவதே "சாப்ட்வேர் பைரசி". பூசி மெழுகாமல் சொன்னால் "திருட்டு சாப்ட்வேர்கள்".

"போங்க பாஸ்... நாங்கல்லாம் தலைவர் படத்தையே டவுன்லோட் செஞ்சுதான் பாப்போம்..." என்று கூறுவோரை நினைத்துப் பரிதாபப்படாமல் வேறென்ன செய்ய? இவ்வாறு படம் பார்ப்பதைக் காட்டிலும் பைரைட்டட் சாப்ட்வேர்களை உங்கள் கம்ப்யூட்டரில் லோட் செய்வது மிக ஆபத்தானது. சொந்த செலவில் சூனியம் வைத்துக் கொள்வது போல. திருத்தம். செலவே இல்லாமல் சூனியம் வைத்துக் கொள்வது போல.

முதலில், திருட்டு சாப்ட்வேர்களைப் பயன்படுத்துவது சட்டப்படி குற்றம். தண்டனைக்குரியது. "சார்... காமெடி பண்ணாதீங்க. எல்லாரும் இதத்தான் யூஸ் பண்றாங்க" என்று நீங்கள் மறுக்கலாம். எல்லோரும் செய்வதனாலேயே குற்றம் இல்லை என்று ஆகிவிடாது. கண்டுபிடித்துத் தண்டனை வழங்காவிடினும் குற்றம் குற்றம்தானே?

சட்டமும் தண்டனையும் ஒரு புறம் இருக்கட்டும். இவற்றால் ஆபத்துக்கள் வருவது நிச்சயம். ஏன் ஒருவர் உங்களுக்கு இந்தச் சாப்ட்வேரை கிராக் செய்து இலவசமாகக் கொடுக்க வேண்டும்? வேறெதற்கு ? தகவல்களைத் திருட. உங்கள் நடவடிக்கையை வேவு பார்க்க.

முறையாக விற்பனை செய்யப்படும் சாப்ட்வேர்களுடன் 'லைசன்ஸ் கீ' என்று ஒன்று கொடுப்பார்கள். அதன் மூலமே அந்தச் சாப்ட்வேரின் உரிமையாளர் நீங்கள் தான் என்பது உறுதி செய்யப்படும்.

இவ்வாறு உறுதிசெய்யப்படுவது 'சாப்ட்வேர் ஆக்டிவேஷன்'. இந்த ஆக்டிவேஷனை உடைப்பதுதான் 'கிராக் சாப்ட்வேர்கள்'. இந்த 'கிராக்' பைத்தியம் அல்ல. இவை திருட்டு சாப்ட்வேர்களுடன் ஒட்டிக்கொண்டு வரும் ஒட்டுண்ணிகள்.

திருட்டு சாப்ட்வேர்களை இன்ஸ்டால் செய்தபின் இந்தக் கிராக்குகளை ரன் செய்யச் சொல்லுவார்கள்.

அங்கேதான் உள்ளது சூட்சுமம். இவை திருட்டுத்தனமாய் ஆக்டிவேஷன் செய்யும். அதேவேளையில் உங்கள் கம்ப்யூட்டரில் தனது மால்வேரை இன்ஸ்டால் செய்துவிடும். மால்வேர் என்றால் "மெலீசியஸ் சாப்ட்வேர்". சுருங்கச் சொன்னால் நமது கம்ப்யூட்டருக்குள் நமக்கே தெரியாமல் வாசம் செய்யும் ஸ்லீப்பர் செல்கள்.

அப்புறம் என்ன? உங்கள் கம்ப்யூட்டர் அவர்களிடம் "நான் உங்கள் அடிமை ஆலம்பனா..." எனச் சொல்லிக் கொண்டிருக்கும். உங்களுக்குத் தெரியாமல். இதன்பின் உங்களது கம்ப்யூட்டரில் இருந்து தகவல்களைத் திருடுவது மிகச் சுலபம்.

பைரைட்டட் சாப்ட்வேர்கள் போலவே அவற்றை எங்கிருந்து டவுன்லோட் செய்கிறோமோ அந்த வெப்சைட்களும் ஆபத்தானவை. இவ்வாறான தளங்களில் லாக்இன் செய்யக் கணக்கு ஏற்படுத்துவதையே தவிர்த்து விடவும். அந்தப் பக்கமே தலை வைத்துப் படுக்காதீர்கள்.

கிராக் செய்யப்பட்ட கம்ப்யூட்டர் விளையாட்டுக்களை டவுன்லோட் செய்து விளையாடுவது இன்னும் ஒரு சிக்கல். இப்போதெல்லாம் இவ்வாறான டவுன்லோட் லிங்க்குகளைப் பரப்ப நூதனமான முறைகள் கையாளப்படுகின்றன. உதாரணமாக ஒரு மோசடி யூ-டியூபர் கம்ப்யூட்டர் கேம் ஒன்றை விளையாடி வீடியோ போட்டிருப்பார். அதன் கீழ் உள்ள டிஸ்கிரிப்ஷன் பாக்ஸில் முழு விளையாட்டின் லேட்டஸ்ட் வெர்சனை இலவசமாக டவுன்லோட் செய்ய லிங்க் ஒன்று இருக்கும். அதைக் கிளிக் செய்தால் மீண்டும் கிராக்... மால்வேர்... ஆலம்பனா...

டிஸ்கிரிப்ஷனில் அல்லாமல் யாரோவொரு பரோபகாரி கமெண்ட்டில் இவ்வாறான லிங்க்கைத் தந்திருப்பார். நீங்கள் அந்த லிங்க்கைத் தொட்டால் தொடரும் ஆபத்து. விளையாட்டுக்கள் தவிர "ஸ்ட்ரீம் ரிப்பிங்" (Stream Ripping) மூலம் இசைத் திருட்டு நடப்பதும் அதிகரித்துள்ளது.

எந்தச் சாப்ட்வேரானாலும் பைரசி ஆபத்து தான். அதில் உச்சகட்டம் சிலர் திருட்டு ஆன்ட்டி வைரஸ் சாப்ட்வேர்களைப் பயன்படுத்துவது. இது திருடன் கையிலேயே சாவியைக் கொடுத்துவிடுவது போலாகும். போலி டாக்டரிடம் அறிவுரை கேட்கப் போவோமா? இல்லைதானே...

அதெல்லாம் சரிதான். இவற்றிற்கு என்ன தீர்வு? சில வழிமுறைகள் உள்ளன.

முறையாக உரிமம் பெற்று ஒரிஜினல் சாப்ட்வேர்களை மட்டுமே பயன்படுத்தினால் மேற்சொன்ன தகவல் திருட்டுகள் குறையும். இப்போதெல்லாம் சாப்ட்வேர்களை நீங்கள் முழுமையாகக்கூட வாங்க வேண்டியதில்லை. கிளவுட் கம்ப்யூட்டர்களில் ஓடும் சாப்ட்வேர்களை தேவையான பயன்களுக்கு மட்டும் கட்டணம் கட்டிப் பயன்படுத்தலாம். இவை சாப்ட்வேரை வாடகைக்கு எடுப்பது போல.

நிறைய சாப்ட்வேர்கள் இப்போதெல்லாம் நமது கம்ப்யூட்டரில் இன்ஸ்டால் செய்யத் தேவையில்லாதபடி வடிவமைக்கப்படுகின்றன. பிரவ்சர்கள் மூலமே பயன்படுத்துமாறு இவை உள்ளன. இவற்றில் நமது தேவைக்கேற்ப கணக்குகளை உருவாக்கிப் பயன்பெறலாம். இன்னும் ஒரு சிறப்பான வழி லினக்ஸ் போன்ற ஓங்கி உலகளந்த ஓப்பன் சோர்ஸ் சாப்ட்வேர்களைப் பயன்படுத்துவது.

குற்றம் என்று தெரிந்த பின் அதைச் செய்யாமல் இருப்பதே அறம். திருட்டு சாப்ட்வேர்களை பயன்படுத்தாமலும் பரப்பாமலும் இருத்தலே சாப்ட்வேர் அறம். அறம் செய்ய விரும்புவோம்.

3. டிஜிட்டல் டயட்

இந்தக் கட்டுரையைப் படித்து முடிக்கும் வரை ஸ்மார்ட் போன் பார்க்காமல் இருப்பீர்களா?

“பாஸ்... போன்லதான் இதப் படிச்சுட்ருக்கேன்” என்கிறீர்களா?

இந்த இரண்டு வரிகளைப் படித்து முடிப்பதற்குள் உங்கள் போனில் ஏதாவது நோட்டிபிகேஷன்கள் வந்தனவா? ஆம் எனில் அவை என்னவாக இருக்கும் என்னும் பேராவல் உங்கள் கவனத்தைச் சிதறடிக்கிறதா?

இக்கேள்விகளுக்கு உங்கள் மனதுக்குள்ளேயே பதில் சொல்லிக் கொள்ளுங்கள். இப்பதில்கள் டிஜிட்டல் தொழில்நுட்பத்தின் மீதான நமது சார்பை வெளிப்படுத்துகின்றன.

இன்றைய நமது வாழ்க்கையின் ஆப்பரேட்டிங் சிஸ்டமாகவே இந்த டிஜிட்டல் தொழில்நுட்பங்கள் மாறியுள்ளன.

“அதனால் என்ன..? நல்லது தானே... எத்தனை வசதிகள் வந்துள்ளன?” எனத் தோன்றலாம். மேம்போக்காய்ப் பார்த்தால் முற்றிலும் நல்லது போலத்தான் தோன்றும். ஆனால் இந்த டிஜிட்டல் வலைக்குள் நாம் சிலந்தியா இல்லை மாட்டிக் கொண்ட பூச்சியா என்பதைப் பொறுத்தே நன்மையும் தீமையும்.

டிஜிட்டல் தொழில்நுட்பத்தின் மீதான நமது மீச்சார்பு எவ்விதமான சிக்கல்களை விளைவிக்கிறது என்பதையும் அவற்றிலிருந்து விடுபட நாம் என்னெவெல்லாம் செய்யலாம் என்பதையும் பார்ப்போம்.

சிக்கல்களை விவரிக்கும்முன் ஒன்றைத் தெளிவுபடுத்தி விடலாம். இன்று முதல் உங்கள் போனையும் லேப்டாப்பையும் பரண் மேல் தூக்கியெறிந்து விட்டு, புறாவிடு தூதாய் உங்கள் நண்பருக்குத் தகவல்கள் அனுப்பச் சொல்லவில்லை. விழிப்புணர்வுடன் இத்தொழில்நுட்பங்களைக் கையாளக் கற்றுக் கொள்ள வேண்டும் என்பதே நோக்கம்.

நீங்கள் தொழில்நுட்பத்தைப் பயன்படுத்துகிறீர்களா அல்லது தொழில்நுட்பம் உங்களைப் பயன்படுத்துகிறதா என்பதே பிரதானச் சிக்கல். நாம் பயன்படுத்தும் பெரும்பாலான டிஜிட்டல் சேவைகளுக்குக் கட்டணம் எதுவும் செலுத்துவதில்லை. பேஸ்புக், இன்ஸ்டாகிராம், வாட்ஸ்-ஆப், சினாப்சாட், யூடியூப் இதற்கெல்லாம் என்ன கட்டணம்? நமது கவனம் தான் கட்டணம். நமது நேரம் தான் கட்டணம்.

“அட்டென்சன் எக்கானிமி” என்று ஒன்று உள்ளது. “கவன ஈர்ப்புப் பொருளாதாரம்” என்று சொல்லலாம். நமது கவனம் எவ்வளவு நேரம் ஒரு அப்ளிகேஷன் மீது உள்ளதோ அவ்வளவுக்கு அவர்களுக்கு நன்மை. எப்படி? உங்களுக்கு விளம்பரம் அனுப்பவும், நீங்கள் என்ன செய்கிறீர்கள் என்று தகவல் சேகரிக்கவும் இதுவே வசதி. ‘என்னைப் பார்; என்னை மட்டுமே பார்’ என்கின்றன இந்த அப்ளிகேஷன்கள்.

நீங்கள் சமர்த்துப் பிள்ளையாய் ஒரு நாளைக்குப் பத்து நிமிடங்கள் மட்டுமே இதைப் பயன்படுத்துவேன் என்று இருந்தால், அவர்களுக்கு நீங்கள் ஒரு பயனுமற்ற பயனாளர். ஆனால் இதைப் போன்றோர் மிக மிகச் சொற்பம். ஏனெனில் நீங்கள் இந்த அப்ளிகேஷன்களிலிருந்து தப்பிச் செல்ல முடியாத கொக்கிகளுடனேயே இவை வடிவைக்கப்பட்டுள்ளன.

நாம் இந்த அப்ளிகேஷன்களுக்குள் சிக்கிக் கொள்வது யதார்த்தமாக நிகழ்வது அல்ல, நன்கு திட்டமிடப்பட்டது. ‘டிசைனே அப்டித்தான் பாஸ்.’ திரைக்கு இந்தப் பக்கம்

அப்பாவியாய்(!) நீங்கள். திரையின் மறுபக்கம் தேர்ந்த விற்பன்னர்கள் ஒன்று கூடி உருவாக்கிய கவன ஈர்ப்பு அல்காரிதம்களும் அவற்றைச் செயல்படுத்திக் கொண்டிருக்கும் பிரம்மாண்டமான சூப்பர் கம்ப்யூட்டர்களும். கொஞ்சமும் சமமற்ற போட்டி.

ஒன்றைக் கவனித்திருக்கிறீர்களா? சோஷியல் மீடியா அப்ளிகேஷன்கள் பெரும்பாலானவற்றில் ஸ்க்ரோல் பார்கள் ஒரு தொடர்கதை. எங்கே செல்லும் இந்தப் பாதை போல முடிவு இல்லாமல் போய்க்கொண்டே இருக்கும். நாமும் தொடர்ந்து ஸ்க்ரோல் செய்து கொண்டே இருப்போம்.

ஒன்றுக்கொன்று சம்பந்தமில்லாத அடுத்தடுத்த தகவல்கள். நமக்குச் சலிப்பு ஏற்படா வண்ணம் வார்த்தைகள். படங்கள். ஆடியோக்கள். வீடியோக்கள். பல்முனைத் தாக்குதல்கள். இது நமக்கேன் பிடித்து இருக்கிறது? காரணம் "டோப்பமின்" போன்ற ஹார்மோன்கள். இன்னும் கொஞ்சம், இன்னும் கொஞ்சம் எனத் திருப்தி அடைய முடியாமல் தொடரும் ஏக்கம்.

எந்தத் தகவலும் நமக்கு ஒரே ஒரு கிளிக் தூரத்தில். மனித குல வரலாற்றில் இதுபோல எந்தவொரு தலைமுறையும் வாழவில்லை. தகவல் நுகர்வுகூட ஒருவகையில் கார்போஹைட்ரேட் போலத் தான். இரண்டையும் தேவைக்கு மிக அதிகமாக நுகர்ந்து கொண்டிருக்கின்றோம்.

நீங்கள் பார்க்கும் குட்டிக் குட்டி ரீல் வீடியோக்களால் என்ன பயன்? 'நான் கொஞ்ச நேரம் தான் பார்ப்பேன். லைக் எல்லாம் போட மாட்டேன்' என்று நீங்கள் உங்களைத் தேற்றிக் கொள்ளலாம். ஆனால் நீங்கள் லைக் எல்லாம் போடத் தேவையேயில்லை. சில விநாடிகள் ஸ்க்ரோல் செய்வதை நிறுத்தினாலே உங்கள் கடைக்கண் பார்வையை அல்காரிதம்கள் கண்டுகொண்டேன் கண்டுகொண்டேன் எனக் குறித்துக் கொள்ளும்.

"நான் சும்மா டைம்பாஸ் பண்ணத் தான் சார் இதெல்லாம் யூஸ் பண்றேன்" என்று சிலர் சமாளிக்கலாம். ஆனால் அதிலும் பிரச்சனையுள்ளது என்கின்றனர் வல்லுநர்கள். இதில் சிக்கல் நேர விரயம் மட்டுமல்ல. தொடர்ந்து சோஷியல் மீடியாவைப்

பயன்படுத்துவதனால் உளவியல் சிக்கல்களும் ஏற்படலாம்.

சோஷியல் மீடியாவில் மக்கள் பொதுவாகத் தங்கள் வாழ்வில் நடக்கும் நல்லனவற்றையெல்லாம் பதிவிடுகின்றனர். தொடர்ந்து ஸ்க்ரோல் செய்யும் ஒருவருக்கு தம்மைத் தவிர மற்ற அனைவரின் வாழ்விலும் வந்துவிட்ட வசந்தம் ஒரு விதமான சோர்வையும் ஏக்கத்தையும் ஏற்படுத்துகிறது.

வினோதமாக இதற்கு நேரெதிரான மற்றொரு நிகழ்வும் சோஷியல் மீடியாவில் நடக்கிறது. அது 'டூம் ஸ்குரோலிங்' (Doom Scrolling). அடுத்தடுத்து எதிர்மறையான தகவல்களை நுகர்வது. கோவிட்-19 பெருந்தொற்றுக் காலந்தொட்டு இது பல மடங்கு அதிகரித்துள்ளதாக ஆய்வு முடிவுகள் தெரிவிக்கின்றன. தொடர்ந்து டூம் ஸ்க்ரோலிங் செய்வதினால் உடலுக்கும் உள்ளத்துக்கும் பெருந்தீமைகள் விளைகின்றன.

டிஜிட்டலின் ஆகப்பெரிய பிரச்சனை கவனச் சிதறல். எந்த ஒன்றிலும் சில நிமிடங்களுக்கு மேல் கவனத்தை நிலைநிறுத்த இயலாத தன்மை. இது மாணவர்கள், பணி புரிபவர்கள், பணி ஓய்வு பெற்றவர்கள் எனச் சிறு குழந்தைகள் முதல் முதுமுதியவர்கள் வரை அனைவரையும் பாதிக்கின்றது.

நாம் உடலால் ஓரிடத்தில் இருப்போம். உள்ளத்தால் பல இடங்களிலும். நம்மைச் சுற்றியுள்ளோரிடம் சில வார்த்தைகள் மட்டுமே பேசுவோம். பூமிப் பந்தின் மறுபக்கத்தில் உள்ள யாரோ சிலரிடம் எமோஜி மற்றும் ஸ்டிக்கர் வசனங்களைத் திரைதிரையாய் பேசிக்கொண்டிருப்போம். உறவுச் சிக்கல்களின் ஆரம்பப் புள்ளியாய் இவை அமைந்து விடுகின்றன.

"அப்ப என்ன தான் சார் செய்றது?" என்ற கேள்விக்கு விடைதான் 'டிஜிட்டல் மினிமலிசம்'. பேராசிரியர் கால் நியூபோர்ட் (Cal Newport) என்பவரால் இது முன்னிறுத்தப்பட்டுள்ளது. இவர் ஒரு கம்ப்யூட்டர் சயன்ஸ் பேராசிரியர். எனவே இது கம்ப்யூட்டரின் எதிரிகள் செய்த சதியெல்லாம் இல்லை. இத்துறையின் தகைசால் வித்தகரால் பரிந்துரைக்கப்படுவது.

நமது தவிர்க்கவியலாத தேவைக்கு மட்டுமே டிஜிட்டல் தொழில் நுட்பத்தைப் பயன்படுத்துவதே டிஜிட்டல் மினிமலிசத்தின் ஆதாரம்.

இதுவும் ஒருவகையான டயட் தான். உடலுக்கு அல்ல. மனதுக்கு. உடம்பு இளைக்க பேலியோ டயட்டெல்லாம் பின்பற்றுவது போலத் தான். இந்த டிஜிட்டல் டயட் நாம் கவன ஈர்ப்புப் பொருளாதாரத்தில் பூச்சியாய் சிக்கிக் கொள்ளாமல் இருக்க.

அன்றாட நடவடிக்கைகளில் சில மாற்றங்களைக் கொண்டு வருவதன் மூலம் இந்த டிஜிட்டல் பத்தியத்தை வெற்றிகரமாக நடைமுறைப்படுத்தலாம்.

முதலாவதாக, ஒரு டிஜிட்டல் அப்ளிகேஷனை பயன்படுத்துவதற்கு நாம் என்ன விலை கொடுக்கிறோம் என்பது குறித்து தெளிவுபடுத்திக் கொள்ள வேண்டும். விலை என்பது பணம் அல்ல. இது நேரம், கவனம், தகவல் போன்ற பிற இழப்புகளாகவும் இருக்கலாம். அதன் பின், "என்ன விலை அழகே... சொன்ன விலைக்கு வாங்க வருவேன்" எனப் பாடித் திரியலாம்.

இரண்டாவதாக, நாம் பயன்படுத்தும் அனைத்து டிஜிட்டல் அப்ளிகேஷன்களுக்கும் தெளிவான குறிக்கோள்களை வரையறுப்பது. இதுபோன்ற தெளிவான குறிக்கோள்களை வரையறுக்கும் வரை அத்தியாவசியமில்லாத அனைத்து டிஜிட்டல் அப்ளிகேஷன்களின் பயன்பாட்டையும் சில காலத்திற்கு முற்றிலுமாக நிறுத்திவிட வேண்டும். இந்தக் காலத்தை 'டிஜிட்டல் தெளிவுறு காலம்' (Digital Decluttering Period) எனச் சொல்லுவோம்.

மூன்றாவதாக, டீ-கிளட்டரிங் காலம் முடிந்தபின், தேவையான அப்ளிகேஷன்களை ஒவ்வொன்றாக மறுபடியும் பயன்படுத்துவது. இம்முறை நாம் பயன்படுத்தும் டிஜிட்டல் அப்ளிகேஷனின் பயனும் அதன் விலையும் நமக்கு முன்பைவிட மிகத்தெளிவாகத் தெரியும். இவ்வாறு மறுஅறிமுகம் செய்யும்போது, பயனுக்கும் அதற்காக நாம் கொடுக்கும் விலைக்கும் பொருத்தமற்ற அப்ளிகேஷன்களைக் கண்டிப்பாகத் தவிர்த்துவிட வேண்டும்.

டிஜிட்டல் மினிமலிசம் என்பது தொழில்நுட்ப வெறுப்பு அல்ல. மாறாகத் தொழில்நுட்பத் தெளிவு. விழிப்புணர்வுடன் பயன்படுத்துவது. அணுகாமல் அகலாமல் தீக்காய்வது போல.

பயன்படுத்தும் தொழில்நுட்பத்தின் முழுப்பயனையும் நுகர இது வழிவகுக்கிறது.

உங்களின் போனில் உள்ள கவனச் சிதறல் ஏற்படுத்தும் அப்ளிகேஷன்களை அன்இன்ஸ்டால் செய்து விடுங்கள். தேவையெனில் உங்கள் கம்ப்யூட்டரில் லாக் இன் செய்து பார்த்துக் கொள்ளலாம். இதனால் நாம் விரயம் செய்யும் நேரம் கணிசமாகக் குறையும்.

பயனற்ற வகையில் தொடர்ந்து ஸ்குரோல் செய்வதை முற்றிலும் தவிர்க்கவும்.

உங்களின் திரை நேரத்தைக் கணக்கிடவும் குறைக்கவும் கற்றுக் கொள்ளுங்கள்.

இவ்வாறு செய்வதனால் நமக்கு ஏற்படும் பயன்கள் பல. அதில் முதன்மையானது, தீர்க்கமான கவனம். சிதறல்கள் இல்லாக் கவனம் தான் எந்தவொரு செயலையும் உன்னதமாகச் செய்து முடிக்க வழி வகுக்கும். தேவையற்ற நோட்டிபிகேஷன்கள் இல்லாததால் நீங்கள் செய்யும் செயலுடன் முழுமையாக இணைந்திருக்கும் வாய்ப்புகள் அதிகம்.

கவனச் சிதறலைத் தடுக்க வழி செய்யும் அப்ளிகேஷன்கள்களை இன்ஸ்டால் செய்துகொள்ளுங்கள். ஃபாரஸ்ட் (Forest) என்றொரு அப்ளிகேஷன் உள்ளது. இந்த லிங்க் https://www.forestapp.cc/ இல் இருந்து டவுன்லோட் செய்து கொள்ளலாம்.

இதுவரை பயன்படுத்தி வந்த அப்ளிகேஷன்களைத் திடீரென நிறுத்துவதனால் உண்மையில் எந்தத் தீங்கும் விளையப் போவதில்லை. ஆனால் எதையோ இழந்து கொண்டிருக்கிறோமோ என்ற போலிப் பயம் ஆரம்ப நாட்களில் ஏற்படலாம். இதைப் "ஃபோமோ" (Fear of Missing Out - FOMO) என்கிறார்கள். 'என் நண்பர்கள் எல்லாம் இன்ஸ்டாவில் இருக்கின்றார்கள். அவர்கள் எல்லாம் இந்நேரம் நிறைய தங்களுக்குள் பகிர்ந்து கொண்டிருப்பார்கள். நான் தான் தனியாகி விட்டேன்' என்பது போன்ற எண்ணங்கள். மனக் கட்டுப்பாட்டுடன் இதைக் கடந்து விடுங்கள். அதன் பின் "ஜோமோ" (Joy of Missing Out - JOMO) தான்.

டிஜிட்டல் பத்தியம் என்பது டிஜிட்டல் பட்டினி இல்லை. ஒரு வகையான விரதம். மன விரதம். கட்டுப்பாடு இல்லாமல் பெருகும் நமது டிஜிட்டல் சார்பு நிலையில் இருந்து மீள இது மிகவும் அவசியம். நேர விரயம் ஆபத்து. கவன விரயம் பேராபத்து. இரண்டிலும் ஒருசேரச் சிக்க வைக்கும் டிஜிட்டல் வலையிலிருந்து தப்பிக்க இந்த டிஜிட்டல் டயட் காலத்தின் கட்டாயம்.

டிஜிட்டல் தொழில்நுட்பம் ஒரு நல்ல பணியாள். ஆனால் மிக மோசமான எஜமான். டிஜிட்டல் பத்தியம் இத்தொழில்நுட்பத்தைப் பணியாளாகவும் உங்களை எஜமானாகவும் வைத்திருக்கும். எஜமானாய் இருங்கள்-உங்களின் நேரத்திற்கும் கவனத்திற்கும்.

4. தோள் கொடுக்கும் தொழில்நுட்பம்

சராசரி மனிதருக்குத் தொழில்நுட்பம் கூடுதல் வசதி. மாற்றுத் திறனாளிகளுக்குத் தொழில்நுட்பம் மறுவாழ்வு. தகவல் தொழில்நுட்பம் மாற்றுத் திறனாளிகளின் அன்றாட வாழ்வில் கொண்டுவந்திருக்கும் மாற்றங்கள் மகத்தானவை. அடுத்தவரின் கருணையை எதிர்பாராமல் இவர்கள் தற்சார்புடன் வாழத் தகவல் தொழில்நுட்பம் பேருதவி செய்து வருகிறது. பெரிதும் பேசப்படாத இத்துறை பற்றிய விழிப்புணர்வு மிகவும் அவசியமாகிறது.

நூறு கோடிக்கும் மேற்பட்ட மனிதர்கள் ஏதோவோர் உடல் குறைபாடுடன் இருப்பதாகச் சொல்கிறது ஐக்கிய நாடுகள் சபை. நூறு கோடி என்பது உலக மக்கள் தொகையில் ஏறத்தாழப் பதினைந்து சதவிகிதம். அதாவது ஏழு நபர்களில் ஒருவர். இவ்வளவு பெரிய ஜனக்கூட்டத்திற்கு, அவர்களின் சிறப்புத் தேவைகளுக்கு சமீப காலத்தில் தொழில்நுட்பம் செய்திருக்கும் அளவுக்கு வேறெவரும், வேறெதுவும் துணை செய்ததில்லை.

மாற்றுத் திறனாளிகள் என்று பொதுவாகக் குறிப்பிட்டு விடுகிறோம். ஆனால் பலவிதமான மாற்றுத் திறனாளிகள் உள்ளனர். நமது இந்திய அரசு, இரண்டாயிரத்து பதினாறாம்

ஆண்டில் 'மாற்றுத் திறனாளிகளுக்கான உரிமைகள் சட்டத்தை' (Rights of Persons with Disabilities Act 2016) இயற்றியுள்ளது. இச்சட்டம் இருபத்தியோரு விதமான மாற்றுத் திறனாளிகளை அடையாளப்படுத்தியுள்ளது. ஒவ்வொரு விதமான மாற்றுத் திறனாளருக்குமான தேவைகள் தனித்துவமானவை. அவர்கள் பயன்படுத்தும் தகவல் தொழில்நுட்பமும் வெவ்வேறானவை. இக்கட்டுரையில் சிலவற்றைக் காணலாம்.

மாற்றுத் திறனாளருக்கு உதவும் இவ்வகையான தொழில்நுட்பங்கள் 'அஸிஸ்டிவ் டெக்னாலஜி' (Assistive Technology - AT) எனப்படுகிறது. இவற்றில் ஹார்ட்வேர் மற்றும் சாப்ட்வேர் இரண்டுமே உள்ளன.

முதலில் ஹார்ட்வேர்களைப் பார்ப்போம். கைகளால் மவுஸ் பிடித்துத் துல்லியமாக நகர்த்த இயலாதோருக்கு 'டிராக் பால்' (Track Ball) உள்ளது. இதில் மவுஸ் பால் மேற்புறமாக இருக்கும். இதை நகர்த்துவதன் மூலம் திரையில் கர்சரை நகர்த்தலாம். இதுவும் சவாலாக இருப்போருக்கு சிறப்பாக வடிவமைக்கப்பட்ட மவுஸ்கள் (https://www.weforum.org/agenda/2022/05/microsoft-reinvents-mouse-people-with-disabilities/) உள்ளன.

இதேபோலத் தேவைக்கேற்ப வடிவமைக்கப்பட்ட கீபோர்ட்களும் உள்ளன. இந்த வகையான கீபோர்ட்களின் கீக்களின் அளவு, அமைவிடம், வண்ணம் போன்றவை தனிக் கவனத்துடன் செய்யப்படுகின்றன. இவை தவிர கண் பார்வை மூலம் கம்ப்யூட்டரைக் கட்டுப்படுத்தும் 'ஐ கேசர்கள்' (Eye Gazers) உள்ளன. வாய் வழியே காற்றை ஊதிக் கம்ப்யூட்டரை இயக்க வழிசெய்யும் 'சிப் அன்ட் பப்' (Sip and Puff) கருவிகள் முற்றிலும் கைகளைப் பயன்படுத்த இயலாதோருக்கு உதவுகிறது.

அவரவர் தேவைக்கு ஏற்ற கருவியைத் (https://abilitynet.org.uk/factsheets/keyboard-and-mouse-alternatives-and-adaptations) தேர்ந்தெடுப்பதன் மூலம் கம்ப்யூட்டரை எளிமையாகப் பயன்படுத்தலாம். வலி ஏற்படாமலிருக்கவும் உதவுகிறது.

இப்போது சாப்ட்வேர்கள் பற்றித் தெரிந்து கொள்ளலாம். பார்வை மாற்றுத்திறனாளிகள் பயன்படுத்தும் முக்கியமான

சாப்ட்வேர் 'ஸ்கிரீன் ரீடர்' (Screen Readers). 'திரைப் படிப்பான்கள்' எனக் கூறலாம். இவற்றின் வேலை திரையில் தெரிவதை வாசிப்பது. கண்வழி நுகர்ச்சியைக் காதுகளுக்கு மடை மாற்றம் செய்வது. பலவகையான ஸ்கிரீன் ரீடர்கள் உள்ளன.

அவற்றுள் மிக முக்கியமான இரண்டு, ஜாஸ் (JAWS) மற்றும் என்.வி.டி.ஏ (NVDA). இதில் ஜாஸ் பயன்படுத்த லைசன்ஸ் தேவை. கட்டணம் செலுத்தி இந்தச் சாப்ட்வேரை இன்ஸ்டால் செய்து கொள்ளலாம். மாற்றுத் திறனாளிகளின் பொருளாதாரச் சூழல் பல நேரங்களில் கட்டணம் செலுத்தத் தடையாக இருக்கும். இந்தப் பிரச்சனைக்கான தீர்வாக என்.வி.டி.ஏ (NVDA: Non Visual Desktop Access) உள்ளது. இது ஓர் ஓப்பன் சோர்ஸ் சாப்ட்வேர் ஆகும். எனவே கட்டணம் ஏதும் செலுத்தத் தேவையில்லை. https://www.nvaccess.org/download/ என்ற தளத்திலிருந்து டவுன்லோட் செய்து கொள்ளலாம்.

என்.வி.டி.ஏ ஸ்கிரீன் ரீடரை உருவாக்கியிருக்கும் "மைக்கேல் கரன்" (Michael Curran) மற்றும் "ஜேம்ஸ் தே" (James Teh) இருவரும் பார்வை மாற்றுத்திறனாளிகள் ஆவர். சிக்கலான இந்தச் சாப்ட்வேரை அவர்கள் திரையைப் பார்க்காமலேயே உருவாக்கியுள்ளனர். இது மிகுந்த பாராட்டுதலுக்குரியது. சமீப காலங்களில் என்.வி.டி.ஏ பார்வை மாற்றுத்திறனாளிகளிடம் மிகுந்த வரவேற்பைப் பெற்றுள்ளது. இது தவிர விண்டோஸ் இயங்குதளத்தில் "நேரேட்டர்" (Narrator) என்றொரு ஸ்கிரீன் ரீடரும் உள்ளது. இதை ஆக்டிவேட் செய்தும் பயன்படுத்திக் கொள்ளலாம்.

மொபைல் போன்களிலும் ஸ்கிரீன் ரீடர்கள் உள்ளன. ஆண்ட்ராய்டு இயங்குதளத்தில் "டாக் பேக்" (Talkback) . ஐ.ஓ எஸ் (iOS) இயங்குதளத்தில் வாய்ஸ் ஓவர் (Voice Over). இவை இரண்டும் சிறப்பாகச் செயல்படுகின்றன.

இந்த ஸ்கிரீன் ரீடர்கள் வருவதற்கு முன் பார்வை மாற்றுத்திறனாளிகள் ஏதாவது ஒரு புத்தகத்தை வாசிக்க வேண்டுமெனில் இரண்டு வழிகள் இருந்தன. ஒன்று புத்தம் பிரைல் (Braille) வடிவில் இருக்க வேண்டும். இரண்டு இன்னொரு நபரை வாசிக்கச் சொல்வது. இரண்டுமே

சிக்கலானவைதான். பெரும்பாலான புத்தகங்கள் பிரைல் வடிவில் கிடைப்பது கடினம். செய்தித் தாள்கள் வாய்ப்பே இல்லை. இன்னொருவரை வாசிக்கச் சொன்னால் அவரின் நேர வசதிற்கேற்ப மட்டுமே முடியும். இப்போதெல்லாம் இந்த ஸ்கிரீன் ரீடர்கள் மூலம் அவர்கள் நினைத்தபோது, எத்தனை முறை வேண்டுமானாலும் வாசிக்கச் சொல்லிக் கேட்க முடிகிறது. தொழில் நுட்பம் கோபித்துக் கொள்ளாது. சலிப்பும் அடையாது.

ஆன்லைன் மூலம் ஆர்டர்கள் செய்வது அனைவருக்குமே வசதிதான். ஆனால் சக்கர நாற்காலியைப் பயன்படுத்தும் மாற்றுத்திறனாளிகள் பலருக்கு இது வரம். நமது ஊர்களில் உள்ள பெரும்பாலான கடைகளில் சாய்தள வசதிகள் இருப்பதில்லை. இது போன்ற சூழலில் இணையவழி வணிகம், இணையவழி வங்கிச் சேவைகள் போன்றவை இவர்களின் வாழ்வில் திறந்திருக்கும் வாசல்கள் எண்ணற்றவை. லாக் டவுன் காலகட்டத்தில் சில மாதங்களுக்கு வெளியில் சுதந்திரமாக நடமாட முடியாததையே மக்கள் பெரும் மனஉளைச்சலாக உணர்ந்தனர். வீல் சேர்களுக்கு வசதியாக இல்லாத நமது நகரங்கள் இவ்வகையான மாற்றுத் திறனாளிகளுக்கு நிரந்தர லாக் டவுன் போலத் தான். இந்தச் சூழலில் தான் இடுக்கண் களைந்துள்ளது இண்டர்நெட்.

செயற்கை நுண்ணறிவுத் தொழில்நுட்பமும் மாற்றுத் திறனாளருக்கு நிறைய வசதிகளை ஏற்படுத்திக் கொடுத்து வருகிறது. பார்க்கும் பொருளை என்னவென்று கண்டுபிடித்துச் சொல்வது, குரல்வழித் தட்டச்சு செய்யும் தொழில்நுட்பம், முகமறியும் தொழில்நுட்பம், கடினமான மொழியில் எழுதப் பட்ட வாக்கியங்களை எளிமைப்படுத்தும் தொழில்நுட்பம் இவை யாவும் மாற்றுத்திறனாளிகளுக்கு நண்பனாகவே உள்ளது.

"அதெல்லாம் சரிதான். ஆனா இந்த டெக்னாலஜிக்கெல்லாம் கருணை இருக்குமா? காமன்சென்ஸ் இருக்குமா?" என்றெல்லாம் கேட்போருக்கு நான் சொல்லும் பதில்- "கருணையும் காமன்சென்ஸும் மனிதர்களிடம் மட்டும் இருக்கிறதா என்ன?".

பள்ளிகள், கல்லூரிகள் மற்றும் பணிச்சூழல்களில் மாற்றுத் திறனாளிகளுக்குத் தேவையான தொழில்நுட்ப வசதிகளை

ஏற்படுத்தித் தருவது அவசியம். அதனினும் அவசியம் அங்கிருக்கும் மனிதர்களுக்கு இது குறித்த அறிவையும், உணர்வையும் ஏற்படுத்துவது.

தற்சமயம் தொழில்நுட்பம் வளர்ந்து வரும் வேகம் பிரமிக்கத்தக்கது. இன்னும் சில ஆண்டுகள் இதே வேகம் தொடர்ந்தால் மிகவும் பயனைடைவோர் நிச்சயம் மாற்றுத்திறனாளிகளாகத் தான் இருப்பர். அவ்வாறே நிகழட்டும். தொழில்நுட்பம் வளரும் வேகத்தில் இல்லாவிட்டாலும், நமது மக்களின் பார்வையில் சற்றேனும் மாற்றம் வந்தாலும் மகிழ்ச்சிதான்.

5. கருவிகளிடமிருந்து கற்போம்

நமது இல்லங்களில் நபர்களின் எண்ணிக்கையைவிட, கருவிகளின் எண்ணிக்கை அதிகரித்துக் கொண்டிருக்கிறது. உலகத்தையே வீட்டிற்குள் கொண்டு வந்துவிட்ட டிஜிட்டல் கருவிகள் மூலம் நமது வீட்டை நாம் எழிலுற நிர்வகிப்பதே 'ஸ்மார்ட் ஹோம்' - சீர்மிகு இல்லம். மனிதர்களும் கருவிகளும் சேர்ந்து நடத்தும் இந்த நவீனக் கூட்டுக் குடித்தனத்தின் பயன்களைத் தெரிந்து கொள்ளத் தொடர்ந்து வாசியுங்கள்.

"எனக்குச் சின்ன வயசா இருந்தப்ப எங்க வீட்டு டீ.விக்கெல்லாம் ரிமோட்டே கெடையாது பாப்பா" என்று எனது பத்து வயது மகளிடம் கூறினேன். அவள் சற்றும் யோசிக்காமல், "ஏம்ப்பா, தொலைச்சிட்டியா?" எனக் கேட்டாள்.

ரிமோட் இல்லாமல்தான் நாம் தொலைக்காட்சிப் பெட்டியை ஒருகாலத்தில் பயன்படுத்தியிருக்கிறோம். அதுசரி.... இருந்தது ஒரே ஒரு தூர்தர்ஷன் சேனல். அதுவும் தடங்கலுக்கு வருந்தாத நேரத்தில் நமக்கு வயலையும் வாழ்வையும் காட்டிக் கொண்டிருந்தது. அதற்கெதற்கு ரிமோட் என்றெல்லாம் கேட்கக் கூடாது. அறுநூறு சேனல்கள் வந்தபின் ரிமோட் இல்லாத டீ.வி நல்ல உடற்பயிற்சியாக இருந்திருக்கும். அது போகட்டும். நமது வீட்டிற்குள் கலர் டீ.வி யுடன் வந்த இந்த 'ரிமோட்'தான் இன்றைய ஸ்மார்ட் ஹோம் கருவிகளின் ஆதி பகவன்.

நாம் நின்ற, இருந்த, கிடந்த கோலத்திலேயே நமது வீட்டில் உள்ள பல்வேறு மின் கருவிகளையும் கட்டுப்படுத்துவதே ஸ்மார்ட் ஹோம்களின் நோக்கம். உங்கள் ஹாலில் உள்ள ஃபேனைத் தெருமுனையிலிருந்தே இயக்கலாம். நீங்கள் வாக்கிங் முடித்து வரும்போது குளியலுக்குப் பதமாக வெந்நீர் தயாராகக் "கீஸரை" ஆன் செய்யலாம்.

நல்ல வெயிலில் வீட்டிற்குத் திரும்புகிறீர்கள். வீட்டிற்குள் வந்து கண் தெரியாமல் ஏ.சி ரிமோட்டைத் தேடத் தேவையில்லை. வீட்டிற்கு வரும் முன்னமே ஏ.சியிடம் உங்களுக்கு ஏற்ற குளுமையைச் செட் செய்யச் சொல்லலாம். உங்களின் வீட்டுக்கதவு திறக்கும் போதே 'சொர்க்கத்தின் வாசற்படி...' எனப் பாடிக்கொண்டே(!) வரலாம். நீங்கள் உள்ளே நுழையும் போதே குளுகுளு சூழல் தயாராகி இருக்கும். இவையாவும் ஸ்மார்ட் ஹோம் தரும் பயன்களின் சாம்பிள்கள்.

முதலில் 'இண்டர்நெட் ஆப் திங்ஸ்' (Internet of Things: IoT) என்றால் என்னவென அறிமுகப்படுத்திக் கொள்ளலாம். இதைப் 'பொருட்களின் இணையம்' எனலாம். பொதுவாக நமது கம்ப்யூட்டர், ஸ்மார்ட் போன், டீ.வி இவைதான் இண்டர்நெட்டுடன் இணைக்கப்பட்டிருக்கும். இதன் அடுத்த கட்டமாக அனைத்து விதமான கருவிகளையும் நெட்வொர்க்குடன் இணைப்பதே இண்டர்நெட் ஆப் திங்ஸ். அதாவது நமது வீட்டில் உள்ள விளக்குகள், மின்விசிறிகள், வாஷிங் மெஷின்கள், குளிர்சாதனப் பெட்டிகள், ஏ.சிகள் என அனைத்தையும். சாதாக் கருவிகளுக்கு ஞானோதயம் தந்து சீர்மிகு கருவிகளாக மாற்றி விடுவது.

என்ன லாபம்? ஏற்கனவே சொன்னது போல், எங்கிருந்தும் இவற்றை இயக்கலாம். நாம் இயக்க வேண்டும் என்று கூட அவசியம் இல்லை. சூழலுக்கேற்பத் தானாகவே இயங்குமாறும் செய்யலாம். உதாரணமாக, நடமாட்டம் இருந்தால் தானாகவே ஆனாகும் விளக்குகளை மாடிப் படிக்கட்டுகளில் பொருத்தலாம். 'மோஷன் சென்சர்' (Motion Sensor) மூலம் இயங்கும் இது போன்ற விளக்குகள் மிகவும் பயனுடையதாக இருக்கும்.

ஸ்மார்ட் ஹோம் செட்டப்களில் இரண்டு விதமான கருவிகள் உள்ளன. முதலாவது, கருவி தன்னளவில் ஸ்மார்ட்டாக

இருப்பது. நீங்கள் வாங்கும் மின்விளக்கு ஸ்மார்ட் விளக்காய் இருந்தால் அவற்றை நேரடியாக நெட்வொர்க்குடன் இணைத்துக் கட்டுப்படுத்தலாம். இரண்டாவது விதம், கருவி ஸ்மார்ட்டாக இல்லாவிட்டால் கூட அவற்றைக் கண்ட்ரோல் செய்யும் சுவிட்சுகளை ஸ்மார்ட்டாக மாற்றிவிடலாம். இதுபோன்ற ஸ்மார்ட் சுவிட்சுகள் பரவலாகக் கிடைக்கின்றன. உங்கள் வீட்டில் ஏற்கனவே உள்ள கருவிகளை இந்த முறையில் ஸ்மார்ட்டாக மாற்றலாம்.

ஸ்மார்ட் பிளக்குகள் (Smart Plug) மூலம் எப்போதெல்லாம், எவ்வளவு நேரத்திற்கு இயங்க வேண்டும் என்பதை நீங்கள் செட் செய்து கொள்ளலாம். சிலரெல்லாம் தங்களின் மொபைல் போன்களை முழு இரவும் சார்ஜரில் போட்டு வைத்திருப்பர். இதன் மூலம் மின்சார விரயம் மட்டுமன்றி போன்களும் சூடாகிப் பழுதடையும் வாய்ப்புக்கள் அதிகம். ஒரு ஸ்மார்ட் பிளக் மூலம், 'நீங்கள் இரண்டு மணி நேரம் ஆனபின் இதை ஆஃப் செய்துவிடு' எனக் கட்டளையிடலாம். உங்கள் கட்டளையே சாசனம் எனச் சரியாகச் செய்து விடும். மறக்காது.

மொபைல்களுக்கு மட்டுமல்ல... தினமும் உங்கள் வீட்டுச் செடிகளுக்குக் குறிப்பிட்ட நேரத்தில் நீர் பாய்ச்சுவதையும் இதன் மூலம் செய்யலாம். நீங்கள் வாடிய பயிரைக் கண்டு வாடாமல் இன்பமாய் இருக்கலாம்.

நீங்கள் உங்கள் வீட்டில் இல்லாத போதும், வெளிவிளக்குகளைத் தேவையான நேரத்தில் ஆன்/ஆஃப் செய்து வீட்டில் ஆள் இருப்பதைப் போன்றதொரு தோற்றத்தை ஏற்படுத்தலாம். திருட்டு பயம் உள்ள பகுதிகளில் இது போன்றதொரு செட்டப் சிறப்பான பயனைத் தரும்.

ஆரம்பத்தில் இதுபோன்ற கருவிகள் தனித்தனியாக இயங்கின. லைட்டைக் கண்ட்ரோல் செய்ய ஒரு செட்டப். அதற்கு ஒரு மொபைல் ஆப். ஏ.சி.யைக் கண்ட்ரோல் செய்ய மற்றொரு செட்டப். மற்றொரு மொபைல் ஆப். இது கொஞ்சம் சிரமம். எத்தனை கருவிகளடா? எத்தனை ஆப்களடா? எனத் தேடித் திரிய வேண்டியிருந்தது.

இதற்கான விடை தான், இவை அனைத்தையும் ஒரு பொதுவான பிளாட்பார்ம் மூலம் கட்டுப்படுத்துவது. இதைச் செய்ய இப்போது அமேசான் அலெக்ஸா (Amazon Alexa), கூகுள் ஹோம் (Google Home) போன்ற ஸ்மார்ட் அசிஸ்டண்ட்கள் உள்ளன. இவற்றின் மூலம் அனைத்துக் கருவிகளும் ஒற்றுமையாய் வாழ்வதாலே உண்டு நன்மையேயெனக் கூடி வாழத் தொடங்கியிருக்கின்றன.

ஸ்மார்ட் ஹோம் செட் செய்வதற்கு ஆகும் செலவு என்பது நீங்கள் எதிர்பார்க்கும் பயன்களைப் பொருத்தது. பத்தாயிரம் ரூபாய் செலவில்கூட இரண்டு அறைகளுள்ள ஒரு வீட்டின் பல்வேறு கருவிகளைக் கட்டுப்படுத்தும் செட்டப்பை ஏற்படுத்தி விட முடியும்.

முதியவர்கள் வசிக்கும் வீடுகளில் இதுபோன்ற வசதிகள் அவர்களின் சிரமங்களை வெகுவாகக் குறைக்கும். வயோதிகம் தந்த மறதி. அதனால் அவர்கள் பல சமயங்களில் மின்கருவிகளை ஸ்விட்ச் ஆஃப் செய்யத் தவறி விடுகின்றனர். இதனால் எழும் பிரச்சனைகளை ஸ்மார்ட் ஹோம் மூலம் எளிதில் தவிர்க்கலாம். அதுதவிர, மின்சாரத்தைச் சிக்கனமாகப் பயன்படுத்தவும் ஸ்மார்ட் ஹோம் வழி செய்கிறது. 'லைட்ட ஆஃப் செஞ் சோமா? கீஸர் சுவிட்ச ஆஃப் பண்ணோமா?' எனக் குழம்பத் தேவையில்லை. எங்கிருந்தும், மொபைல் ஆப் மூலமே சரிபார்த்துக் கொள்ளலாம். கட்டுப்படுத்தவும் செய்யலாம்.

கூடி வாழ்ந்தால் கோடி நன்மை தான். நமது இல்லத்தில் உள்ள கருவிகள் இதைப் புரிந்துகொண்டு புத்திசாலிகளாகிக் கொண்டிருக்கின்றன. ஒன்றோடொன்று சுமூகமாய்ப் பேசிக் கொள்கின்றன. புரிதலில் எவ்விதக் குழப்பமுமில்லை. இல்லத்தில் உள்ள மனிதர்களுக்கும் இது பரவினால் மேலும் நலம்.

6. சொகுசு முக்கியம்

நமது சராசரி வேலைநேரம் கூடியிருக்கிறது. ஏனெனில் இப்போதெல்லாம் பெரும்பாலான வேலைகள் நேரஅளவில் இல்லாமல் பொறுப்பு என்னும் அளவுக்கு மாறியிருக்கின்றன.

“இத இன்னைக்குள்ள முடிச்சுடுங்க” என்று உங்கள் பாஸ் சொல்லிவிட்டால் அந்த வேலை முடியும்போதுதான் இன்றைய உங்களது வேலைநாள் முடியும் என்று அர்த்தம். பாஸ் கட்டளைக்குப் பின் “காலமென்றே ஒரு நினைவும் காட்சியென்றே பல நினைவும்” என்று வேலையைத் தொடர வேண்டியதுதான்.

கணினி சார்ந்த வேலைகள் பரவலாகியிருக்கின்றன. கோவிட் பெருந்தொற்றைத் தொடர்ந்து இல்லங்கள் அலுவலகங்களாகவும் ஆகியுள்ளன. இந்நிலையில் நம் பணிச்சூழல்கள் உடலுக்குத் தீங்கிழைக்காமல் உள்ளனவா என்பது குறித்த விழிப்புணர்வு அவசியமாகிறது.

“நானெல்லாம் ஸ்டீல் பாடிப்பா... எனக்கெல்லாம் ஒண்ணுமே ஆகாது” என்று அசிரத்தையாக இருக்க இயலாது. நீண்ட நேரம் கணினியில் பணிபுரியும் அனைவருமே எவ்வாறு தமது பணிச்சூழலை சீரமைப்பதென்று தெரிந்து கொள்வது அத்தியாவசியமானது. இது ஒன்றும் ராக்கெட் சயன்ஸ் இல்லை. எளிமையானதுதான். ஆனால் தவிர்க்கக் கூடாதது.

"எர்கோனாமிக்ஸ்" (Ergonomics) என்றொரு துறை பணிச்சூழல் சீரமைப்பு பற்றியது. மூன்று விதமான பரிமாணங்களில் எர்கோனாமிக்ஸ் செயல்படுகின்றது.

1. உடல் சார்ந்த எர்கோனாமிக்ஸ் (Physical Ergonomics)

2. உள்ளம் சார்ந்த எர்கோனாமிக்ஸ் (Cognitive Ergonomics)

3. நிறுவனம் சார்ந்த எர்கோனாமிக்ஸ் (Organizational Ergonomics)

இக்கட்டுரை உடல் சார்ந்த எர்கோனாமிக்ஸ் பற்றியது. பணிச்சூழலில் உடலுக்குத் தீங்கு விளைவிக்கும் காரணிகளைக் கண்டறிதல் முதல் படி. அக்காரணிகளைச் சீர் செய்வது இரண்டாவது படி. நீங்கள் அமர்ந்து வேலை செய்யும் மேஜை நாற்காலி முதல், மொபைல் போன்களின் எடை வரை அனைத்திலும் உள்ளது எர்கோனாமிக்ஸ்.

தொடர்ந்து கணினியில் பணிபுரிவதால் அதிகச் சுமைக்குள்ளாக்கப்படுபவை நமது கண்கள். திரைகடல் ஓடித் திரவியம் தேடியது போகத் திரைக்குள்ளேயே திரவியம் தேடும் காலம் இது. கணினித் திரைக்குள். மொபைல் திரைக்குள். ஒரு நாளில் நாம் அதிக நேரம் பார்ப்பது எதை? திரையைத் தான். இதைத் திரை நேரம் (Screen Time) என்கின்றனர்.

ஒரு நாளில் சராசரியாக எவ்வளவு நேரம் தொடர்ந்து திரையை முறைத்துக் கொண்டிருக்கின்றீர்கள் என்று கணக்குப் பார்த்ததுண்டா? பார்க்க வேண்டும் என்கிறது எர்கோனாமிக்ஸ்.

கண்களைத் திரைப் பாதிப்பிலிருந்து காப்பதில் பால பாடம் "*20:20:20*" என்னும் விதியைப் பற்றி அறிந்து கொள்வது. எந்தத் திரையையும் தொடர்ந்து இருபது நிமிடங்களுக்கு மேல் பார்க்கக் கூடாது என்பதே *20:20:20* விதி.

இருபது நிமிடம்வரை திரையைப் பார்க்கலாம். பின்னர் இருபது வினாடிகளாவது திரையிலிருந்து ஓய்வு. இந்த இருபது விநாடிகளில் நம்மிடமிருந்து இருபது அடி தூரத்தில் உள்ள ஏதேனும் ஒரு பொருளைப் பார்க்க வேண்டும். தொடர்ந்து திரையை முறைக்கும்போது நாம் கண் சிமிட்டக் கூட மறந்து விடுகின்றோம். இதனால் கண்களில் எரிச்சல், வலி ஏற்படலாம்.

இவ்வாறு யோசித்துப் பாருங்களேன். ஒரு டியூப் லைட்டை நேரடியாக எவ்வளவு நேரம் உங்களால் பார்க்க முடியும்? சில விநாடிகள்தான். ஏனென்றால் அது ஒளியை உமிழ்கிறது. திரைகளும் ஒளியை உமிழத்தான் செய்கின்றன. அவற்றை மட்டும் எப்படிப் பார்க்கிறோம்.? பார்க்கும் விஷயங்கள் மீதான ஆர்வத்தால் கண்களை டீலில் விட்டு விடுகின்றோம்.

'இருபது நிமிடம். அவ்வளவு தானே... நான் எளிதில் செய்து விடுவேன்' என்று நீங்கள் நினைக்கக்கூடும். ஆனால் அவ்வளவு எளிதல்ல. வேலைப் பளு, சுவாரசியம் போன்றவற்றால் இருபது நிமிடங்கள் போனதையே மறந்து விடுவோம். என்ன செய்யலாம்?

மொபைலில் அலாரம் வைக்கலாமா? தேவையில்லை. நினைவூட்டும் சாப்ட்வேர்கள் உள்ளன. எனது லேப்டாப்பில் "ஸேஃப் ஐஸ்" (Safe Eyes) என்றொரு சாப்ட்வேர் போட்டு வைத்துள்ளேன். இது என் கண்களை மூடச் சொல்லி, தண்ணீர் குடிக்கச் சொல்லி, கைகால்களை ஸ்ட்ரச் (Stretch) செய்யச் சொல்லி, சற்று வெளியே உலவச் சொல்லி அறிவுறுத்துகிறது. இது லினக்ஸில் வேலை செய்யும் சாப்ட்வேர். உங்களுடையது விண்டோஸ் என்றால் போமி (Pomy) என்றொரு ஆப் உள்ளது. இதை இன்ஸ்டால் செய்து கொள்ளலாம்.

இது தவிர உங்கள் மொபைல் போன்களில் "ப்ளூ லைட் பில்டர்" செட்டிங்கை ஆன் செய்து வையுங்கள். இது உங்கள் போன் திரை, கண்கள்மீது நடத்தும் தாக்குதலைக் குறைக்கும்.

யாரிடமாவது "உன்ன என் கண்ணு மாதிரி பாத்துப்பேன்" என்று டயலாக் அடிப்பது ஒரு பக்கம் இருக்கட்டும். முதலில் உங்களின் கண்களைப் பார்த்துக் கொள்ளுங்கள்.

உங்கள் கம்ப்யூட்டரை வைத்துள்ள மேஜையும், நீங்கள் அமர்ந்து வேலை செய்யும் நாற்காலியும் உடல் சார்ந்த எர்கோனாமிக்ஸில் முக்கியப் பங்கு வகிக்கின்றன. சில திருத்தங்களைச் செய்வதன் மூலம் நம் உடலில் ஏற்படும் அழுத்தங்களைக் குறைக்கலாம்.

உங்களது நாற்காலி சரியான உயரத்திலிருப்பது மிகவும் அவசியம். எவ்வளவு உயரத்தில் இருக்க வேண்டும்? நீங்கள் நாற்காலியில் அமர்ந்து கம்ப்யூட்டர் கீபோர்டில் கைவைத்தால்

உங்கள் முழங்கை தொன்னூறு டிகிரிகள் கோணத்தில் இருக்க வேண்டும்.

இதேபோல, உங்கள் கைகள் மேஜையிலிருந்து எவ்வித சப்போர்ட்டும் இல்லாமல் தொங்கக் கூடாது. அவ்வாறு தொங்கினால் வலி ஏற்படும் வாய்ப்புகள் மிக அதிகம்.

உங்கள் கம்ப்யூட்டர் திரையின் மேல்விளிம்பு கண்களுக்குச் சற்றே கீழாக இருக்க வேண்டும். சற்று மட்டுமே. பதினைந்து டிகிரிகள் நலம். அவ்வாறு இல்லாதபோது நீங்கள் குனிந்து அல்லது மேல்நோக்கித் திரையைப் பார்ப்பது போல இருக்கும். இதனால் உங்கள் கழுத்துப் பகுதிகளில் அதிக அழுத்தம் ஏற்படும். திரையைத் சரியான உயரத்தில் வைத்து விடுங்கள். உங்கள் மேஜையின் உயரம் குறைவாக இருந்தால், நீங்கள் புத்தகத் திருவிழாவில் வாங்கி இதுவரை புரட்டிக்கூடப் பார்க்காத தலையணை சைஸ் புத்தகங்களின் மேல் மானிட்டரை வைக்கலாம்.

திரையைச் சரியான தூரத்தில் வைப்பதும் முக்கியம். உங்கள் கைநீளத்தில் திரை இருப்பது சுகம். அதிக தூரத்தில் வைக்காதீர்கள். மிக அருகிலும் வேண்டாம். இருபது இன்ச்கள் தூரம் சரியாக இருக்கும் என்கிறார்கள். திரையை மட்டுமல்ல, எதையும் எவரையும் சரியான தூரத்தில் வைப்பது சிறப்பு.

திரையில் கிளார் (Glare) எதுவும் இல்லாமல் பார்த்துக் கொள்ளுங்கள். நீங்கள் வேலைசெய்யும் அறையைக் கும்மிருட்டாகவும் வைக்காதீர்கள். நகைக்கடை போல மிகப் பிரகாசமாகவும் வைக்காதீர்கள். சரியான ஒளி அளவு முக்கியம். ஒலி அளவும். மிகினும் குறையினும் நோய் செய்யும்.

கால்கள் தரையில் பதிய வேண்டும். ஊஞ்சல் போல ஆடக் கூடாது. உங்கள் நாற்காலி உயரமாக இருந்தால் கால்களுக்குக் கண்டிப்பாகச் சப்போர்ட் வையுங்கள்.

நீங்கள் அமர்ந்து வேலை செய்யும் நாற்காலி உங்கள் முதுகை நன்றாக அணைத்து இருக்க வேண்டும். கம்யூட்டர் சேர் வாங்கும் போதே "பேக் சப்போர்ட்" உள்ளதாகப் பார்த்து வாங்குங்கள்.

நீங்கள் இரண்டு திரைகள் வைத்து வேலை செய்பவர் எனில், இத்திரைகளுக்கு மய்யத்தில் நீங்கள் இருப்பதை உறுதி செய்யுங்கள்.

டைப் செய்யும்போது உங்கள் கைகளை வைத்துக்கொள்ள வசதியாக உள்ள கீபோர்ட்களை வாங்குதல் நன்மை.

மவுஸை கீபோர்டிலிருந்து மிகவும் தள்ளி வைக்கக் கூடாது. மவுஸ் பயன்படுத்தும்போது உங்கள் தோள் பட்டையெல்லாம் நகர்த்துவது போல இருக்கக் கூடாது. முழங்கைகளை மட்டுமே அசைத்து எளிதாய் வேலை செய்ய வாகாக இருக்க வேண்டும்.

மேற்கூறிய அனைத்தையும்விட மிக அவசியமானது, சீரான இடைவெளியில் பிரேக் எடுப்பது. நீங்கள் என்ன பைபாஸ் சர்ஜரியா செய்து கொண்டிருக்கிறீர்கள்? எந்த வேலையானாலும் பிரேக் எடுக்கலாம். எடுக்க வேண்டும். இந்த பிரேக்கில் கொஞ்ச தூரமாவது நடக்கலாம். அதுவுமில்லையென்றால் சின்னச் சின்ன ஸ்டெரச்சிங் எக்ஸஸைஸ்களைக் இந்த வீடியோவைப் (https://www.youtube.com/watch?v=KPWBUYpsWSY) பார்த்துக் கற்றுக்கொள்ளலாம்.

நீண்ட நாட்களுக்குத் தவறான முறையில் உங்கள் பணிச் சூழல் இருந்தால் அதன் விளைவுகள் சர்வ நிச்சயம். முற்பகல் செய்யின் பிற்பகல் விளைந்து தானே தீரும்.? காயமே இது பொய்யடா என்று பாடித் திரிய நாமென்ன சித்தர்களா? சராசரி மனிதர்கள் தானே... நமக்குக் காயமே இது மெய்யடா தான். இல்லையென்றால் மெய்யில் ஏற்படும் காயங்கள் தான் மெய்யாகிப் போகும். சூதானமாக இருந்து கொள்வோம். மெய்வழி நடப்போம்.

7. அப்டேட் ஆனால் ஆபத்தில்லை

"பிங்க் சிலிப்" (Pink Slip) என்றிரு வார்த்தைகள். வாசிக்க அழகாய்த்தான் உள்ளன. ஆனால் அர்த்தம் கொடுமையானது. பிங்க் சிலிப் கொடுப்பது என்றால் ஒருவரை வேலையை விட்டு வீட்டுக்கு அனுப்புவது. நவயுக இளைஞர்களின் மிகப்பெரிய பயம் திடீர் வேலை இழப்பு.

சமீப காலமாக நாம் அடிக்கடி கேள்விப்படும் விஷயங்களில் முக்கியமான இரண்டு: வேலை இழப்பு, செயற்கை நுண்ணறிவு. லே-ஆஃப் (Layoff) மற்றும் ஆர்ட்டிஃபிசியல் இன்டெலிஜென்ஸ் (Artificial Intelligence).

எல்லோருமே எல்லா விஷயங்களையும் வல்லுநர்போல் பேசும் அபத்தம் சோஷியல் மீடியா கொண்டு வந்திருக்கும் பெருவியாதி. வேக்சின் இல்லாத வியாதி. செயற்கை நுண்ணறிவு நம்மிடம் சிக்கிப் படும்பாடு சொல்லிலடங்காது. அதிலும் இந்த "சாட் ஜிபிடி" (ChatGPT) ஸ்பெஷல் சாதா. பட்டிமன்ற மேடைகள் முதல் பானிப்பூரிக் கடைகள் வரை அங்கிங்கெனாதபடி எங்குமே ஆனந்த பூர்த்தியாகியிருக்கிறது சாட் ஜிபிடி. பலரும் எதார்த்த ஜோதிடர்கள் ஆகியுள்ளனர்.

உண்மையில் பெருந்தொற்றுக் காலம் போல வேலையிழப்பை செயற்கை நுண்ணறிவும் ஆக்கிவிடுமா? என்னென்ன

நிகழ்வதற்கான சாத்தியங்கள் உள்ளன? நாளைப்பொழுதை இறைவனுக்கு அளித்து நடக்கும் வாழ்வில் அமைதியைத் தேட வேண்டும்தான். ஆனாலும் நம்மாலான தயாரிப்புகளைச் செய்து கொள்வதுதானே உசிதம்.?

செயற்கை நுண்ணறிவு என்பது நேற்றுப் பெய்த மழையில் இன்று முளைத்துள்ள காளான் அல்ல. ஐம்பதுகளிலேயே இதுகுறித்த ஆராய்ச்சிகள் நடந்து கொண்டுதான் இருந்தன. "எலிசா" (Eliza) என்றொரு சாட் பாட் (Chatbot) அறுபதுகளில் எம்.ஐ.டி யின் செயற்கை நுண்ணறிவு ஆய்வகத்தால் உருவாக்கப்பட்டது. இந்த (https://web.njit.edu/~ronkowit/eliza.html) லிங்கில் சென்று பேசிப்பாருங்களேன். அப்போதும் இதேபோன்ற அபாயச் சங்குகளை ஊதியுள்ளனர்.

முதலில் ஒன்றைத் தெளிவுபடுத்திக் கொள்வோம். செயற்கை நுண்ணறிவு என்பது சாட் ஜிபிடி மட்டுமே அல்ல. நூற்றுக்கணக்கான (https://bleedingedge.ai/) செயற்கை நுண்ணறிவு சாப்ட்வேர்களும், ஆராய்ச்சி மாதிரிகளும் வெளிவந்தவண்ணம் உள்ளன. சுருங்கச் சொன்னால் மருத்துவம், பொறியியல், கலை, சட்டம், கற்றல்-கற்பித்தல் என்று அனைத்துத் துறைகளிலுமே செயற்கை நுண்ணறிவு வலது காலை எடுத்து வைத்து உள்ளே வந்துள்ளது.

செயற்கை நுண்ணறிவு என்றில்லை, எந்தவொரு புரட்சிகரமான தொழில்நுட்பமும் அறிமுகப்படுத்தப்படும்போது பெரும் எதிர்ப்பைச் சந்தித்துள்ளது. சந்திக்கின்றது. சந்திக்கும். உதாரணமாக, இங்கிலாந்தில் டெக்ஸ்டைல் துறையில் விசைத்தறிகள் அறிமுகப்படுத்தப்பட்டபோது அதை எதிர்த்துக் கடுமையாகப் போராடி இருக்கிறார்கள். கருவிகள்மீது தாக்குதல்களும் நடத்தியுள்ளார்கள். அவ்வாறு தாக்கியவர்களுள் ஒருவர் "நெட் லுட்" (Ned Ludd). இதைத் தொடர்ந்து இப்போராட்டக்காரர்கள் லுடைட்ஸ் (Luddites) என்றே அழைக்கப்பட்டுள்ளனர். தொழில்நுட்பத்தை எதிர்ப்பவர்களைக் குறிக்கும் அவமதிப்பான வார்த்தையாகவே இன்று "லுடைட்" உருமாறியுள்ளது.

நமது பாரத தேசத்தில் கூட, கம்ப்யூட்டர்கள் அறிமுகப்படுத்தப் பட்டபோது அதற்கெதிராக என்னவெல்லாம் கூறினார்கள்?

“கம்யூட்டர் வந்துட்டா யாருக்குமே வேல இருக்காது” என்று கொடி பிடித்துக் கோஷம் போட்டதை எங்களூரில் கூடச் சிறுவயதில் நான் பார்த்துள்ளேன். ஆனால் இந்த நம்பிக்கைக்கு நேரெதிராகக் கம்ப்யூட்டர் மயம் பெரும் எண்ணிக்கையிலான வேலைகளை உருவாக்கியுள்ளது. பாரெங்கும் பரவி நமது இந்திய இளைஞர்கள் செய்துள்ள டிஜிட்டல் புரட்சி சிலிர்ப்பூட்டுவது. சின்னச் சின்னக் கிராமங்களிலிருந்து சிலிக்கான் வேலிக்குப் புலம் பெயர்ந்த கதைகள் நம் மண்ணெங்கும் பரவிக் கிடகிறது. தொழில்நுட்பம் ஏற்படுத்தியது போன்றதொரு வேலைவாய்ப்பை வேறெதுவும் ஏற்படுத்தியதாகத் தெரியவில்லை.

செயற்கை நுண்ணறிவு விஷயத்திலும் தற்போது வேலைப் பறிப்புப் பயம் பரவலாகியுள்ளது. தொழிற்புரட்சிக் காலத்தில் அறிமுகப்படுத்தப்பட்ட இயந்திரங்கள், பெருமளவு உடல் சார்ந்த கடினமான வேலைகளை ஆட்டோமேட் செய்தன. பின்னர் வந்த டிஜிட்டல் புரட்சி, ஒரே மாதிரியாகத் திரும்பத் திரும்பச் செய்யப்படும் வேலைகள் அனைத்தையும் அல்காரிதம்களிடம் ஆணையிட்டால் சமர்த்தாய்ச் செய்யும் என்றது.

இப்போது மிச்சம் இருப்பது இயந்திரத்தனமாக ஆட்டோமேட் செய்ய முடியாத, கிரியேட்டிவிட்டி தேவைப்படும் வேலைகள். “இதுக்கெல்லாம் பிரைன் வேணும் பாஸ்” என்று மனிதகுலம் மட்டுமே போட்டியின்றி கோலோச்சிக் கொண்டிருக்கும் வேலைகள்.

தற்சமயம், செயற்கை நுண்ணறிவு இந்த வாழ்க்கையில்தான் பங்கு கேட்டு வந்துள்ளது. “நீ கவிதை எழுதுவியா? நானும் எழுதுவேன்” என்று ஏ.ஐ பயமுறுத்தத் தொடங்கியுள்ளது. இருக்கும் கவிஞர்கள் இம்சை போதாதா?. “இந்த கவித மட்டும் வேணாமே ராசா” என்று திருத்திவிட வேண்டும்.

“நானும் கோடிங் எழுதுவேன், திட்ட அறிக்கை தயாரிப்பேன், விளம்பரம் செய்வேன், பிசினஸ் ஸ்ட்ராடஜி உருவாக்குவேன், வாடிக்கையாளரிடம் பேசுவேன், பிரசன்டேஷன் போடுவேன், படம் வரைவேன், பாடம் நடத்துவேன், புத்தகம் எழுதுவேன், நீ எழுதியதைச் செப்பனிட்டுத் தருவேன்” என்று தனக்கும் எல்லாம் தெரியும் என்கிறது செயற்கை நுண்ணறிவு. சாட்

ஜிபிடி எழுதிய புத்தகங்களே நூற்றுக்கணக்கில் அமேசான் தளத்தில் உள்ளன. நான்கு மாதக் குழந்தை செய்யும் இந்த ராட்சஸப் பணிகள் மலைப்பை ஏற்படுத்துகிறதுதான். ஒரு கருவி ஒரு பணியை மட்டுமே நம் ஆணைப்படி செய்யும் வரை பிரச்சனை இல்லை. ஆனால் ஒரே கருவியோ, அல்காரிதமோ நானே எல்லாமே செய்வேன் என்று கிளம்பிவிட்டால் சிக்கல் தான். இதனால் என்ன ஆகும்?

இப்போது இந்தப் பணிகளைச் செய்பவர்களை எல்லாம் அப்படியே வீட்டுக்கு அனுப்பி விடுவார்களா என்ன? சில பணிகள் நிச்சயம் முழுமையாய் ஆட்டோமேட் செய்யப்படும். அவற்றை மட்டுமே நம்பியுள்ளோர் ஆரம்பத்தில் சிக்கல்களைச் சந்திக்க நேரிடலாம்.

ஆனால், மனித குலத்தின் ஆகப்பெரிய சிறப்பு, தகவமைதல். பழையன கழிதல். புதியன கற்றல். நான் புதிதாய் எதுவுமே கற்றுக்கொள்ள மாட்டேன். கல் தோன்றி மண் தோன்றாக் காலத்தே கற்றதை மட்டுமே நம்பியிருப்பேன் என்றால் பேராபத்து.

பொதுவாகக் கருவிகள் நமது பணியை எளிமையாக்குவன. செயற்கை நுண்ணறிவும் அப்படியொரு கருவிதானே. உடனடியாக ஏற்படப்போகும் மாற்றங்கள் ஒருபுறம் இருக்கட்டும். தொலைநோக்குப் பார்வையுடன் தற்போது பள்ளி கல்லூரிகளில் உள்ள மாணாக்கர்களுக்கு நாம் என்ன விதமான திறமைகளைக் கற்றுத்தரப் போகிறோம் என்பதே அதனினும் அவசியம். நான்காண்டுகளுக்குப் பின் படிப்பை முடிக்கவிருக்கும் ஒருவர் என்னவிதமான திறமைகளை வளர்த்துக்கொள்ள வேண்டும் என்றறிவது முக்கியம்.

நீங்கள் எந்தத் துறையில் இருந்தாலும், உங்களின் துறையில் புதிதாய் வந்திருக்கும் செயற்கை நுண்ணறிவு சாப்ட்வேர்களை நிச்சயம் கற்றுக் கொள்ளுங்கள். அதேசமயம் நாம் முன்னே சொன்ன திடீர் வல்லுநர்கள் வாட்ஸ் ஆப்பில் பரப்பும் வதந்திகளைக் கண்டு பீதியடைய வேண்டாம்.

வருங்காலங்களில் செயற்கை நுண்ணறிவு நிச்சயம் இன்னும் பல்கிப் பெருகும். ரோபோட்டிக்ஸ் மற்றும் எக்ஸ்டென்டட்

ரியாலிட்டி (XR: Extended Reality) தொழில்நுட்பங்களுடன் ஒன்றிணைந்து அது காட்டவிருக்கும் மாய உலகம் வெகுவிரைவாக நம்மை நோக்கி வந்து கொண்டிருப்பதாகத் தான் தோன்றுகிறது. விரைந்து வரும் இவ்வுலகம், நாம் தற்சமயம் சிந்தித்துக் கூடப் பார்த்திராத எண்ணிலடங்கா வேலை வாய்ப்புகளை நிச்சயம் கொண்டுவரும்.

பாற்கடலைக் கடையத் தொடங்கியிருக்கிறோம். வெறும் அமிழ்தம் மட்டுமா வரும்? ஆலகாலமும் வரத்தானே செய்யும்?

கருவிகள் உங்களின் பணியைப் பறிப்பதில்லை. ஆனால் அக்கருவியை உங்களைவிடச் சிறப்பாகப் பயன்படுத்தத் தெரிந்த மற்றொருவர் பறிக்கும் வாய்ப்புகள் அதிகம். அப்டேட் ஆகிக் கொண்டே இருத்தல் மட்டுமே பிங்க் சிலிப்பில் சிக்காமல் இருக்க வழி. தகவமையத் தயாராய் இருப்போருக்கு பிங்க் சிலிப் பிரச்சனையில்லை. இவர்களுக்கு எப்போதுமே சிவப்புக் கம்பளம் தான். கற்றுக்கொண்டே இருப்போர்க்கு மட்டுமே சென்ற இடமெல்லாம் சிறப்பு.

8. நீலத்தைப் பறித்துவிட்டால் வானத்தில் ஏது உண்டு?

'போலிகளைக் கண்டு ஏமாறாதீர்கள். எங்களுக்கு வேறெங்கும் கிளைகள் இல்லை.' வானொலி விளம்பரங்களில் இவ்வகை வாக்கியங்கள் மிகவும் பிரபலம். இவற்றின் சோஷியல் மீடியா அவதாரம் தான் "ப்ளூ டிக்குகள்" (Blue Tick). பேஸ்புக், இன்ஸ்டாகிராம், டிவிட்டர் போன்ற சமூக வலைத்தளங்கள் தங்கள் பயனாளர்களுக்கு வழங்கும் அங்கீகாரம் இந்த ப்ளூ டிக்குகள்.

சமீபத்தில் டிவிட்டர் ஒரு ப்ளூ டிக் புயலைக் கிளப்பிவிட்டது. உலகெங்கிலும் பெரும்பாலான பிரபலங்கள் "எங்க... என் ப்ளூ டிக்கை காணோம்?" என்று தேடும்படி ஆனது. டீச்சரிடம் சிலேட்டில் வாங்கிய டிக்கைக் கண்டு மகிழும் ஆரம்பப் பாடசாலைப் பாலகர்கள் போல நாமும் இந்த ப்ளூ டிக்கைக் கண்டு பேருவகை அடைந்ததுதான் பிரச்சனையின் ஆரம்பப்புள்ளி.

முதலில் ஏன் இந்த ப்ளூ டிக் சங்கதியைச் சோஷியல் மீடியாத் தளங்கள் உருவாக்கின எனப் பார்ப்போம். சோஷியல் மீடியாவின் முழுமுதற் சொத்து பயனாளர்கள். அவர்கள் உருவாக்கும் கண்டென்ட்டுகள். இதைப் பார்வையிட்டு உறவாடும் சக பயனாளர்கள்.

சமூக வலைத்தளங்கள் தன்னளவில் எந்தக் கண்டென்ட்டையும் உருவாக்குவதில்லை.

"எது உங்களுக்குக் கொடுக்கப்பட்டதோ அது உங்களாலேயே உருவாக்கப்பட்டது" என்பதே சோஷியல் மீடியாவின் கீதாசாரம்.

பயனாளர்களைச் சில காரணங்களுக்காக அடையாளப்படுத்த வேண்டி வந்தபோது தான் இந்த ப்ளூ டிக்குகள் தோன்றின. சமூகத்தில் பிரபலமாக இருப்போர், பெரும் பொறுப்புகளை வகிப்போர், அதிகார மையத்தில் உள்ளோர் இவர்களைத் தனிப்பட்ட முறையில் அடையாளப்படுத்தவில்லை எனில் போலிகள் தலையெடுக்கத் தொடங்கினர்.

இதை முறைப்படுத்தவே தேர்ந்தெடுக்கப்பட்ட பயனாளர்களுக்கு அதிகாரப் பூர்வமான புரபைல் என்னும் வகையில் இந்த டிக்குகள் வழங்கப்பட்டன. தேர்ந்தெடுக்கப்பட்ட என்றால் "என்ன தேர்தல் வைத்தா தேர்ந்தெடுத்தார்கள்?" என்று கேட்கக் கூடாது. ஒவ்வொரு சோஷியல் மீடியாத் தளமும் அவர்களுக்கென்று சில நடைமுறைகளை வைத்திருக்கின்றனர்.

"ஐயா... எனக்கொரு ப்ளூ டிக் சாமி" என்று அவர்களிடம் பிரார்த்திக்கலாம். ஆனால் உங்களுக்குக் கொடுப்பதா வேண்டாமா என்பது அவர்களின் உரிமை. எவ்வாறு முடிவெடுக்கப்படுகின்றது என்பது தெளிவாக வெளிப்படுத்தப் படுவதில்லை.

கதை இப்படித் தமிழ் சீரியல் போலப் போய்க்கொண்டிருக்கும் போது தான் டிவிட்டர் தளத்தை வாங்குகிறார் இலான் மஸ்க். நாற்பத்து நான்கு பில்லியன் அமெரிக்க டாலர்கள். அவ்வளவு தானா எனத் தோன்றும். இந்திய ரூபாயில் 36,08,90,20,00,000. நன்கு எண் கணிதம் தெரிந்த உங்கள் நண்பரிடம் வாசிக்கச் சொல்லிக் கேட்டுக் கொள்ளுங்கள்.

டிவிட்டர் தளத்தில் பெரும் மாற்றங்கள் ஏற்படுகின்றன. இனிமேல் பிரபுக்கள் - சாதாரணர்கள் போன்ற இந்தப் பாகுபாடெல்லாம் கிடையாது. யார் வேண்டுமானாலும் எட்டு டாலர்கள் (ஆரம்பத்தில் இருபது டாலர்கள் என்றனர்) செலுத்தி ப்ளூ டிக்கை பெற்றுக் கொள்ளலாமென டிவிட்டர் அறிவித்து விடுகின்றது.

இதன் முக்கியத்துவம் என்னவென்றால், "நானெல்லாம் ப்ளூ டிக்" என்று சமூகத்தில் ஒரு சாரார் மட்டும் தங்களை மேட்டுக்குடிகள் போல எண்ணியிருந்தது தகர்க்கப்படுகிறது. ப்ளூ டிக் வைத்திருப்பது எட்டு டாலர்கள் கொடுத்தால் அனைவருக்குமே சாத்தியம் என்றாகிறது.

இந்த அறிவிப்பு வந்தபோது, வழக்கம்போலச் சோஷியல் மீடியாவில் பகடி செய்து கொண்டிருந்தனர். ஆனால், ஏப்ரல் ஒன்றாம் தேதி அமலுக்கு வந்துவிடும் என்றது டிவிட்டர். சில காரணங்களுக்காக இது மூன்று வாரங்கள் தள்ளிப்போனது. ஏப்ரல் இருபதாம் தேதி உலகெங்கும் ஏற்கனவே அங்கீகாரம் பெற்றிருந்த பல்லாயிரம் லெகசி அக்கவுண்ட்டுகள் ப்ளூ டிக்கை இழந்தன.

"டிவிட்டர் ப்ளூ" திட்டத்தின் கீழ் நீங்கள் டிவிட்டருக்கு சந்தா செலுத்தும் வாடிக்கையாளராகலாமென அறிவிக்கின்றது டிவிட்டர். அதற்கான சந்தாத் தொகையாக, ப்ரவுசர்கள் வழியாகப் பயன்படுத்த மாதமொன்றுக்கு எட்டு டாலர்கள் (இந்தியாவில் அறுநூற்றைம்பது ரூபாய்) எனவும், ஐ.ஓ.எஸ் (iOS) மற்றும் ஆண்ட்ராய்டு செயலிகளில் பயன்படுத்தப் பதினோறு டாலர்கள் (இந்தியாவில் தொள்ளாயிரம் ரூபாய்) எனவும் நிர்ணயிக்கப்படுகின்றது.

"டிவிட்டர்ல இந்த ப்ளூ டிக் இனிமே வெரிபிக்கேஷனும் கெடையாது. ஆனா காசும் கட்டணுமா?". பலருக்கும் இந்தக் கேள்வி எழுந்தது. கொஞ்சம் குழப்பமாக இருக்கிறதா? இதற்குப் பதில், சந்தாதாரராக நீங்கள் டிவிட்டர் ப்ளூ (Twitter Blue) திட்டத்தில் இணைந்துவிட்டால் உங்களுக்கெனப் பிரத்தியேகமாகச் சில வசதிகள் வழங்கப்படும். சிலவற்றை இங்கே காண்போம்.

எடிட் செய்யும் வாய்ப்பு: உங்கள் டுவீட்களை நீங்கள் எடிட் செய்யும் வாய்ப்பு வழங்கப்படும். முப்பது நிமிடங்களுக்குள் நீங்கள் எடிட் செய்து கொள்ளலாம். நீங்கள் அப்லோட் செய்திருக்கும் மீடியாக்களின் வரிசையை மாற்றியமைக்கலாம்.

பாதி விளம்பரங்கள்: உங்களுக்குக் காண்பிக்கப்படும் விளம்பரங்களின் எண்ணிக்கை பாதியாகக் குறையும்.

பத்தாயிரம் எழுத்துகள்: நீங்கள் இருநூற்று எண்பத்தெட்டு எழுத்துகள் என்னும் எல்லையில் நிற்கத் தேவையில்லை. பத்தாயிரம் எழுத்துகள்வரை எழுதிக்கொள்ளலாம்.

பெரிய வீடியோக்கள் : நீங்கள் அறுபது நிமிடங்கள் வரையிலான வீடியோக்களை அப்லோட் செய்து கொள்ளலாம். இரண்டு ஜி.பி வரை அனுமதியுண்டு. 1080P யில் தெள்ளத் தெளிவான வீடியோக்கள் மூலம் படம் காட்டலாம்.

கூடுதல் பாதுகாப்பு: உங்கள் அக்கவுண்ட்டுக்கு இரண்டடுக்கு பாதுகாப்பு வழங்கப்படும். ஒரு பாஸ்வேர்ட். ஒரு OTP. இதனால் உங்கள் பாஸ்வேர்டை யாரேனும் தெரிந்து கொண்டாலும் வேறொரு கம்ப்யூட்டரில் உங்கள் அனுமதி இல்லாமல் லாகின் செய்ய முடியாது.

இந்த டிவிட்டர் ப்ளூ திட்டத்தில் இணைய உங்கள் அக்கவுண்ட் முப்பது நாட்களுக்கு முன்பாவாது உருவாக்கப்பட்டிருக்க வேண்டும். ஆக்டிவாக இருக்க வேண்டும். கடந்த மூன்று தினங்களில் உங்கள் டிவிட்டர் ப்ரோபைலோ, ஹாண்டிலின் பெயரோ, போட்டோவோ மாற்றப்பட்டிருக்கக் கூடாது. நீங்கள் டிவிட்டர் ப்ளூவில் இணைந்த பின்னும்கூட இவற்றை மாற்றினால் மறுபடியும் ஒருமுறை உங்கள் அக்கவுண்ட் சரிபார்க்கப்படும். உங்களின் அக்கவுண்ட்டுடன் மொபைல் எண் ஒன்றும் இணைக்கப்பட வேண்டும்.

இந்த ப்ளூ டிக்கைத் தவிர சாம்பல் டிக்கும் (Gray Tick), தங்க டிக்கும் (Golden Tick) தருகிறது டிவிட்டர். சாம்பல் வண்ணம் அரசு சார்ந்த அக்கவுண்ட்களுக்கு. தங்கம் அங்கீகரிக்கப்பட்ட நிறுவனங்கள் சார்ந்தோர்க்கு.

இப்பொழுது டிவிட்டர் செய்திருக்கும் மாற்றங்கள் நிச்சயம் டிவிட்டரோடு மட்டும் நிற்காது என்று தான் தோன்றுகிறது. பிற நிறுவனங்களும் இது போன்றதொரு திட்டத்துடன் விரைவில் களமிறங்கும் என எதிர்பார்க்கலாம்.

ஒரு சேவையைப் பெறுகிறோம். அதற்குக் கட்டணம் செலுத்துவதுதானே நியாயம் எனத் தோன்றலாம். ஆனால் இது சோஷியல் மீடியா தளங்களுக்குப் பொருந்துமா என என்னைக் கேட்டால் ‘இல்லை’ என்றுதான் கூறுவேன். முதலில்

சோஷியல் மீடியாத் தளங்கள் நமக்கு முழுவதும் இலவசம் கிடையாது என்பதைத் தெளிவுபடுத்திக் கொள்ள வேண்டும். கட்டணம் என்பது காசாகத்தான் இருக்க வேண்டுமா என்ன? நேரமாகவும், கன்டென்ட்டை உருவாக்க நாம் கொடுக்கும் உழைப்பாகவும் இருக்கலாம் தானே? நமது கன்டென்ட்களுக்கு இடையில்தானே விளம்பரங்கள் போட முடியும்.?

நிறுவனங்களை நடத்துவோர் புறமிருந்து பார்த்தால், இத்தளங்களை மெயின்டெய்ன் செய்வதற்கு ஆகும் பெரும் பொருட்செலவுகளைக் காரணமாகக் கூறுவர். அவர்கள் இதை ஒன்றும் சமூக சேவை என்று கூறவில்லையே? இலாப நோக்கில் நடத்தப்படும் நிறுவனங்கள் அதிக பட்ச இலாபத்தை ஈட்டுவதைத் தானே குறிக்கோளாகக் கொள்ளும்.?

சமூக வலைத்தளங்கள் அனைவரின் கைகளிலும் சக்தி வாய்ந்த ஊடகத்தைக் கொடுத்துள்ளன. அதே வேளையில், இவற்றின் மீதான மிதமிஞ்சிய சார்பு நிச்சயம் விரும்பத்தக்க ஒன்றல்ல. பல நாடுகளில், கண்டங்களில் வாழும் கோடிக்கணக்கானவர்களின் தகவல்களை, மையமாக ஒரு சில நிறுவனங்கள் கட்டுப்படுத்துவது சிக்கல்களை ஏற்படுத்தவல்லது. தனது குடிமக்கள் குறித்து நாட்டின் அரசாங்கத்திடம் இருக்கும் தகவல்களைவிட அயல் மண்ணில் இருக்கும் சில நிறுவனங்களிடம் அதிகத் தகவல்கள் இருப்பது ஏற்புடையதா? இதற்கும் மேலாக "நாங்கள் விரும்பும் வரை மட்டுமே நீங்கள் அங்கீகரிக்கப்பட்ட நபராக இருக்க முடியும்" என இந்நிறுவனங்கள் கூறுவது ஆபத்து. ஒருவகையில் நீங்கள் என்னென்ன கருத்துகளைப் பதிவிட முடியும் என்பதைச் சென்சார் செய்யும் அளவுக்கும் இது சென்று முடியலாம். இளைதாக முள்மரம் கொல்வது தானே அறிவு.

இன்றைக்குச் சில வசதிகளுக்காகக் கட்டணம் செலுத்தச் சொல்லும் நிறுவனங்கள், வருங்காலங்களில் லாகின் செய்யவே கட்டணம் கேட்டாலும் ஆச்சர்யப்படுவதற்கில்லை.

எட்டு டாலர்கள் இருந்தால் டிவிட்டர் ப்ளூடிக் வாங்கலாம். கட்டணம் செலுத்த மாட்டேன் என்றால் இப்போதைக்கு எல்லோருக்குமே எளிதில் கிடைக்கும் வாட்ஸ் ஆப்பின் ப்ளூ டிக்கோடு சந்தோஷமாக வாழ வேண்டியதுதான்.

9. மூக்கால் படிக்கலாம்

ஒரு ஸ்மார்ட்போனும் இண்டர்நெட் இணைப்பும் மட்டுமே இருந்தால் போதும். உலகத்தரம் வாய்ந்த பல்கலைக்கழகங்கள் நடத்தும் பாடங்களை நீங்கள் இருக்கும் இடத்திலிருந்தே கற்க முடியும். பெரும் பொருட்செலவு இல்லாமல். இச்சிறப்பான வசதியை ஏற்படுத்தித் தந்துள்ளன டிஜிட்டல் தொலைநிலை வகுப்புகள். இவை "மூக்" (MOOC - Massive Open Online Courses) என்னும் பெயரில் உலகெங்கும் பிரசித்தியடைந்துள்ளன.

கற்றல் கற்பித்தல் முறைகள் காலந்தோறும் மாறிக்கொண்டே தான் வந்துள்ளன. குருகுலக் காலம் முதல் கூகுள் காலம் வரை நீண்ட பரிணாம வளர்ச்சி கண்டுள்ளது நாம் கல்வி கற்கும் முறை. இண்டெர்நெட் நமது வாழ்வின் முக்கிய அங்கமாகியுள்ளது. இண்டர்நெட்டை இரண்டாவது மின்சாரம் என்றே கூறலாம். இது தொடாத துறைகளே இல்லை. கற்றல் மட்டும் எப்படி விதிவிலக்காக முடியும்? சொல்லப்போனால் இண்டர்நெட்டால் பெருமாற்றம் பெற்றிருக்கும் துறைகளுள் கல்வித்துறையே முதன்மையானது.

"நானெல்லாம் யூ-ட்யூப் பாத்தே படிச்சுடுவேன். இந்தக் கோர்ஸ்லாம் தேவையில்லை" என்பது மேலோட்டாமாய்ச் சரியென்றே தோன்றும். ஆனால் நிதர்சனம் அப்படியில்லை.

முறைப்படி எந்தவொன்றையும் கற்பதில் பல பரிமாணங்கள் உள்ளன. பல படிநிலைகளும். ஒரு வீடியோ உங்களுக்குத் தகவல்களைத் தரலாம். ஆனால் தன்னளவில் அதுவே ஒரு பாடமாகி விடாது.

முதலில் யூ-டியூபில் வரும் கன்டென்ட்டுகள் பிழையற்றவை என்பதற்கு எந்த உறுதியும் கிடையாது. எவர் வேண்டுமானாலும் எது குறித்தும் சேனல் தொடங்கலாம். பிழையான ஒன்றிலிருந்து கற்பது அறியாமையை விடக் கீழானது. கற்கக் கசடற. கசடு நீங்கள் பார்க்கும் வீடியோவிலிருக்க வாய்ப்புகள் மிக அதிகம்.

இரண்டாவது, வீடியோ மட்டும் பார்த்துவிட்டு "நானும் ரவுடிதான்" என்று அலப்பறை கொடுப்பது கேலிக்குரியது. கற்றலைப் பயனுடையதாக்க, முறையாய் வரிசைப்படுத்தப்பட்ட வகுப்புகள், அசைன்மென்ட்கள், தேர்வுகள் போன்ற பல தேவைகள் உள்ளன.

இவையனைத்தையும் ஒருசேர முறையாய் வழங்குபவையே "மூக்". இரண்டாயிரத்து பதினொன்றாம் ஆண்டில் ஸ்டான்போர்ட் பல்கலைக்கழகம் இண்டர்நெட் மூலம் வழங்கிய மூன்று வகுப்புகள் மிகப்பிரபலமடைந்தன. அவ்வகுப்புகள் செயற்கை நுண்ணறிவு, மெஷின் லேர்னிங் மற்றும் டேட்டா பேஸ் மேனேஜ்மெண்ட் குறித்தவை. இவை பல்லாயிரக் கணக்கானோரைச் சென்றடந்தன. இவ்வகுப்புகள் மூலம் "மூக் (MOOC)" என்னும் சொல் பிரசித்தி பெற்றது.

மூக் (MOOC) நான்கு ஆங்கில வார்த்தைகளின் முதல் எழுத்துச் சுருக்கம்.

மாஸிவ் (Massive): அடிப்படையிலே மூக் என்பது ஒரு பெருங்கூட்டமே கற்கும் வகையில் வடிவமைக்கப்படுகிறது. வகுப்பறைகளில் சாதாரணமாக நாற்பதிலிருந்து அறுபது மாணாக்கர்கள் இருப்பர். ஆனால் மூக் என்பது ஆயிரக்கணக்கானோர் கற்கும் வகையில் இருக்கும். எனவே இவற்றின் உள்ளடக்கம் அனைவரையும் சென்றடையும் வகையில், எளிதில் புரிந்து கொள்ளும்படி உருவாக்கப்படும். பிரபலமான சில மூக் வகுப்புகளில் இலட்சக்கணக்கானோர் பயனடைந்துள்ளனர்.

ஓப்பன் (Open) : மூக் வகுப்புகளில் சேரப் பெரிய தடைகள் எதுவும் இருப்பதில்லை. பல்கலைக்கழகங்கள் நடத்தும் கடுமையான நுழைவுத் தேர்வு போன்ற பிரச்சனைகள் இல்லை. சில சூப்பர் ஸ்பெஷாலிட்டி தொழில்நுட்பப் பாடங்கள் தவிர்த்து பெரும்பாலான வகுப்புகள் அனைவரையும் இருகரம் கூப்பி வாருங்கள் என்று வரவேற்ற வண்ணமே உள்ளன.

ஆன்லைன் (Online) : இவ்வகுப்புகளின் ஆதாரச் சுருதியே இவை இண்டர்நெட் வழியே நடத்தப்படுவதுதான். நாடுகள், கண்டங்கள் என்கின்ற பிரிவினையெல்லாம் இல்லாமல் நீங்கள் விரும்பும் பாடங்களைப் படிக்கும் வாய்ப்பளிக்கின்றன இவ்வகுப்புகள். ஒரு காலத்தில் தொலைநிலைக் கல்வி என்றால் தபால் மூலம் பாடங்களை அனுப்புவது மட்டுமே ஒரே வழியாக இருந்தது. அதில் கால தாமதம் அதிகம். இன்றைய இன்ஸ்டண்ட் தலைமுறைக்கு இண்டர்நெட்டின் வேகம் தான் சரி.

உலகெங்கிலும் ஆயிரத்து இருநூறுக்கும் மேற்பட்ட பல்கலைக் கழகங்கள் இம்மாதிரியான வகுப்புகளை வழங்குகின்றன. இவற்றை நடத்துவதற்கான சர்வதேச அளவிலான பிளாட்பார்ம்கள் உள்ளன. உதாரணமாக கோர்ஸ்இரா (Coursera), எட்.எக்ஸ் (edX) போன்றவை மிகவும் பிரபலமாக உள்ளன. சர்வதேச அளவில் ஒன்றரை லட்சம் கோர்ஸ்கள் மூக் மூலமாக நடத்தப்பட்டு வருகின்றன.

இவைதவிரப் பல்வேறு நாடுகளிலும் பிரத்தியேகமான மூக் தளங்கள் உள்ளன. நமது பாரத தேசத்திலும் சிறப்பாகச் செயல்படும் மூக் தளங்கள் உருவாக்கப்பட்டுள்ளன. இந்திய அரசின் சீரிய மேற்பார்வையில் இவை திறம்பட வழங்கப்பட்டு வருகின்றன. ஸ்வயம் (https://swayam.gov.in/) இந்தியாவின் தேசிய மூக் தளம். ஒன்பதாம் வகுப்புப் பாடங்கள் முதல் மிக நுணுக்கமான முதுநிலைப் பாடங்கள்வரை வழங்கி வருகிறது ஸ்வயம். இதன் முக்கியக் குறிக்கோள்கள் மூன்று:

1. எளிதில் அணுகும் கல்வி

2. அனைவரையும் உள்ளடக்கிய கல்வி

3. தரமான கல்வி

ஸ்வயம் தளத்தில் உள்ள பாடங்கள் துறையின் ஆகச்சிறந்த வல்லுநர்கள் மூலம் உருவாக்கப்படுகின்றன. இவை இலவசமாகவே வழங்கப்படுகின்றன. முன்பே குறிப்பிட்டதுபோல் இந்தப் பாடங்கள் வெறும் வீடியோ மட்டுமேயல்ல. ஸ்வயம் தளத்திலுள்ள ஒவ்வொரு பாடத்திலும் நான்கு முக்கியப் பகுதிகள் உள்ளன.

பாடங்கள் குறித்த வீடியோக்கள்: ஒவ்வொரு பாடமும் அத்துறையின் சிறந்த ஆசிரியர் மூலம் நடத்தப்பட்டு, தெளிவான வீடியோக்களாக வழங்கப்படுகின்றன. பாடங்கள் குறித்த குறிப்புகள் தயாரிக்கப்பட்டு டவுன்லோட் செய்யும் வகையில் கொடுக்கப்படுகின்றன.

சுயபரிசோதனைக் கேள்விகள் ஒவ்வொரு பாடத்துடனும் இணைக்கப்பட்டுள்ளன. இவற்றின் மூலம் நாம் எந்த அளவுக்குப் பாடங்களைக் கிரகித்துள்ளோம் என்பதை அறிந்து கொள்ளலாம்.

சந்தேகங்களைத் தெளிவுபடுத்த "டிஸ்கஷன் போரம்களும்" ஏற்படுத்தப்பட்டுள்ளன. இதன் வழியே சக மாணாக்கர்களிடமிருந்தும், ஆசிரியரிடமிருந்தும் ஐயங்களைத் தீர்த்துக் கொள்ள முடியும்.

ஸ்வயம் மூலம் வழங்கப்படும் பாடங்கள் அனைத்தும் இலவசம். நீங்கள் சான்றிதழ்பெற விரும்பினால் பிரத்தியேகமாகத் தேர்வு மையங்களில் நடத்தப்படும் தேர்வுகளில் கலந்து கொண்டு தேர்ச்சியடைய வேண்டும். இதற்குரிய தேர்வுக்கட்டணம் மட்டும் செலுத்த வேண்டும். மிகக்குறைவே.

பல்கலைக்கழக மானியக் குழு (UGC) ஸ்வயம் வகுப்புகள்மூலம் ஒருவர் தேர்ச்சியடையும் கோர்ஸ்களை அவரது கல்லூரிப் படிப்பின் ஒரு பாகமாகவே இணைத்துக் கொள்ளவும் அனுமதிக்கின்றது. ஸ்வயம் மூலம் வழங்கப்படும் கோர்ஸ்களின் முழுப்பட்டியலை இந்த லிங்க்கில் (https://swayam.gov.in/explorer) பெறலாம்.

தேசிய கல்விக் கொள்கை இந்திய அளவிலான அக்கடெமிக் பேங்க் ஆஃப் கிரெடிட் (Academic Bank of Credit - ABC) என்பதை அறிமுகப்படுத்தியுள்ளது. இதன் மூலம் உங்களின்

பட்டப்படிப்பின் வெவ்வேறு பாடங்களை நீங்கள் விரும்பும் வகையில் படித்துக் கொள்ள முடியும். இதில் ஸ்வயம் போன்ற தளங்களிலுள்ள, உங்களுக்கு விருப்பமான ஆசிரியர் மூலம் குறிப்பிட்ட பாடங்களைப் படிக்கும் வசதியுள்ளது.

உண்மையில் இந்த மூக் வகுப்புகள் கற்கும் ஆர்வமுள்ள அனைவருக்குமே ஒரு வரப்பிரசாதம்தான். விரும்பும் படிப்புகளை, வசதியான நேரத்தில், துறைசார் வல்லுநரிடமிருந்தே கற்க முடியும் என்பது முந்தைய தலைமுறையிலெல்லாம் கனவில்கூட நினைத்துப் பார்த்திராத ஒன்று. ஆசிரியர் இல்லத்திற்குச் சென்று கற்றது குருகுலக் காலம். இன்றைய ஆன்லைன் யுகத்தில் நம் வீட்டிற்கே ஆசிரியரை அழைத்து வருகின்றன இந்த நவீன டிஜிட்டல் குருகுலங்கள். உங்கள் வீட்டின் வரவேற்பறைக்கே வந்து விடுகின்றன வகுப்பறைகள்.

சென்ற தலைமுறை வரை வாழ்வின் முற்பகுதியில் ஏதோவொன்றைக் கற்றார்கள். பிற்பகுதி முழுவதும் இந்தக் கல்வி மூலம் வாழ்வாதாரங்களைப் பெற்றனர். ஆனால் தற்போது இது மாறியுள்ளது. "நான் படிச்சி முடிச்சுட்டேன்ல" என்று யாருமே இன்று மார்தட்ட முடியாது. இன்றைய சூழலில் மீண்டும் மீண்டும் நம்மைப் புதுப்பித்துக்கொள்ள வேண்டிய நிலைமை உள்ளது. புதிதாய் ஒன்றைக் கற்பதன் மூலம் மட்டுமே இது சாத்தியம். இச்சூழலில் இண்டர்நெட் வழியே முறையாக உருவாக்கப்படும் டிஜிட்டல் வகுப்புகள் பேருதவி தான்.

இனி யாரையும் எதையும் குறை மட்டுமே சொல்லிக் காலத்தை ஓட்ட முடியாது. அனைவரின் கைகளிலும் ஒரு டிஜிட்டல் அட்சய பாத்திரம் தரப்பட்டுள்ளது. இருந்தாலும் நான் பசியுடன் தான் தூங்குவேன் என்றால் என்ன செய்ய முடியும்.? தொழில்நுட்பம் கொண்டுவந்திருக்கும் இப்பெருங்கொடையைச் சிறப்பாகப் பயன்படுத்திக் கொள்வோம். இனி எதையும் கற்கத் தேவை ஆர்வம் ஒன்றே.

10. புது வீட்டைப் பிரிண்ட் பண்ணலாமா?

டேனியல் ஓமருக்கு அப்போது வயது பதினான்கு. தெற்கு சூடானின் சிறிய மலைக் கிராமம் நூபாவில் இருந்தான். அங்கு இரண்டாயிரத்துப் பனிரெண்டில் கடுமையான வான்வெளித் தாக்குதல் நடந்தது. டேனியலின் இரண்டு கைகளும் அத்தாக்குதலால் சிதைந்தன. கைகளை இழந்து எதுவுமே செய்ய முடியாமல் வாழ்வதற்குப் பதிலாகத் தான் இறந்து போயிருக்கலாமென டைம் பத்திரிகை நிருபரிடம் மனம் வெதும்புகிறான் டேனியல்.

மைக் எபிலிங் "நாட் இம்பாஸிபில்" (Not Impossible) என்றொரு ஸ்டார்ட்டப் நிறுவனர். லாஸ் ஏஞ்சல்ஸில். உடல் குறைபாடுடையோருக்கான கருவிகளைத் தயாரித்து வந்தார். எபிலிங் மூன்று குழந்தைகளின் தந்தையும் கூட. டேனியலுக்கு நடந்த இச்சோகத்தை அந்த இளம் தந்தையால் எளிதில் கடந்து செல்ல முடியவில்லை. தங்களின் 3D பிரிண்ட்டர்களுடன் சூடான் செல்கின்றார். 3D பிரிண்ட்டர்கள் மூலம் பிராஸ்தடிக் கைகளை உருவாக்குகின்றார். டேனியலுக்குப் பொருத்துகிறார். தொழில்நுட்பம் உருவாக்கித் தந்த மாயக் கரங்கள் டேனியலின் வாழ்வில் புத்தொளி கூட்டுகிறது. டேனியல் மீண்டும் தனது கைகளாலேயே எடுத்து உணவை உண்ண முடிகிறது.

நம்ப முடியாத கற்பனை போலுள்ள இச்சம்பவம் 3D பிரிண்ட்டிங் தொழில்நுட்பத்தின் வீச்சை உலகுக்கு உணர்த்தியது. கூகுளில் "டேனியல் சூடான் 3D பிரிண்ட்டிங்" (https://www.notimpossible.com/projects/project-daniel) என்று தட்டிப் பாருங்கள்.

டேனியல் மட்டுமல்ல.... சூடானில் ஐம்பதாயிரத்திற்கும் மேற்பட்டோர் தங்களின் அவயங்களை இழந்திருந்தனர். இவர்களுக்கெல்லாம் உதவும் வகையில் இரண்டு 3D பிரிண்ட்டர்கள் அங்குள்ள மருத்துவமனையொன்றில் நிறுவப்பட்டன. பிராஸ்தடிக் அவயங்களை உருவாக்கும் பயிற்சியும் அளிக்கப்பட்டது. பதினைந்தாயிரம் டாலர்கள் மதிப்புடைய பிராஸ்தடிக் அவயங்கள் நூற்றைம்பது டாலர்கள் என்றானது.

3D பிரிண்ட்டிங் என்பது பொருட்களைப் பிரிண்ட்டிங் செய்யும் தொழில்நுட்பம். மிக வேகமாக வளர்ந்து வருகிறது. மேனுஃபேக்சரிங் துறையைப் புரட்டிப் போடும் சாத்தியங்கள் கொண்டது 3D பிரிண்ட்டிங்.

இப்போது நாம் பொருட்களைத் தயாரிக்கும் முறை பெரும்பாலும் கழித்தல் முறை (Subtractive Process). உதாரணமாகச் சாவி ஒன்றைச் செய்கிறோம் என்று வைத்துக் கொள்ளுங்கள். முதலில் ஒரு உலோகப் பட்டையை எடுத்துக் கொள்வோம். பின்னர் அதிலிருந்து தேவையற்ற பாகங்களை எல்லாம் நீக்குவோம். சாவி ரெடி.

3D பிரிண்ட்டர்கள் மூலம் இதே சாவியை செய்ய வேண்டும் என்றால் கழித்தல் முறைக்குப் பதிலாகக் கூட்டல் முறை (Additive Process) பயன்படுத்தப்படுகிறது. சாவி பல்வேறு மிக நுண்ணிய லேயர்களின் தொகுப்பாக உருவாக்கப்படுகிறது.

நம்மைச் சுற்றி இரண்டு உலகங்கள் உள்ளன. ஒன்று பொருட்களின் உலகம். மற்றொன்று டிஜிட்டல் உலகம். இரண்டுமே நமது வாழ்வில் இன்றியமையாதவையாக மாறியுள்ளன. 3D பிரிண்ட்டர்கள் டிஜிட்டல் உலகிலிருந்து புறவுலகிற்குப் பாலமொன்றை அமைக்கிறது. நாம் டிஜிட்டல் மாடல்களாக உருவாக்கும் எதையும் புறவுலகின் பொருட்களாக

மாற்றித் தரும் வித்தையைச் செய்கின்றன 3D பிரிண்ட்டர்கள். இவற்றின் மூலம் ஏற்பட்டிருக்கும் சாத்தியங்கள் எண்ணிலடங்கா.

3D பிரிண்ட்டர்கள் என்பவை சாட் ஜிபிடி போல ஆறு மாதக் குழந்தையல்ல. ஆயிரத்து தொள்ளாயிரத்து எண்பதுகளிலேயே 3D பிரிண்ட்டர்கள் உருவாக்கப்பட்டு விட்டன. சார்லஸ் ஹல் என்பவரால் ஸ்டீரியோ லித்தோகிராபி (Sterolithography) முறையிலான 3D பிரிண்ட்டர்கள் உருவாக்கப்பட்டன.

3D பிரிண்ட்டர்களால் விளையும் பயன்கள் ஏராளம். அவற்றுள் முதன்மையானது ரேபிட் புரோட்டோடைப்பிங் (Rapid Prototyping). ஒரு டிசைனை உருவாக்குகிறீர்கள். அது நிஜமான பொருளானபின் நாம் விரும்பியவண்ணம் வேலை செய்கிறதா என விரைவில் அறிந்து கொள்ள உதவுவதே ரேபிட் புரோட்டோடைப்பிங். உடனடியாக உருவாக்கிப் பார்ப்பது. பொருட்களின் வடிவம், டெக்சர் மற்றும் செயல்பாடுகள் ஆகியவற்றை 3D பிரிண்டிங் மூலம் மிகத் துல்லியமாகக் கட்டுப்படுத்த முடியும். இழப்பைக் குறைத்தல் மேலுமொரு முக்கியப் பயன். சாதாரண முறையில் செய்யும் போது மூலப் பொருட்களின் சேதாரம் அதிகம். 3D பிரிண்ட்டிங் முறையில் இந்தச் சேதாரமானது மிக மிகக் குறைவு.

எதையெல்லாம் 3D பிரிண்ட்டர்கள் மூலம் பிரிண்ட் செய்ய முடியும் என்று கேட்டால் "ஏறக்குறைய எல்லாவற்றையுமே" என்கிறார்கள். வானூர்தியின் உதிரிப் பாகம் முதல் பீட்ஸா வரை. 3D பிரிண்ட்டிங் தொழில்நுட்பத்தில்வ் எதுவும் சாத்தியம்.

சமீபத்தில் ஃபேஸ்புக் நிறுவனர் மார்க் ஜக்கர்பெர்க் தனது இரண்டு மகள்களின் உடைகளைத் தானே 3D பிரிண்ட்டிங் மூலம் உருவாக்கியதாகத் தனது இன்ஸ்டாகிராம் பக்கத்தில் பதிவிட்டிருந்தார். இது பெரும் வரவேற்பைப் பெற்றது. சென்ற ஆண்டு தனது மகளுக்கு 3D பிரிண்ட்டிங் மூலம் ஹெல்மெட் ஒன்றைச் செய்து கொடுத்திருந்தது வைரலாகப் பேசப்பட்டது.

சின்னச் சின்னப் பொருட்கள் மட்டுமல்ல.... ஒரு முழுக் கட்டிடத்தையே கூட 3D பிரிண்ட்டர்கள் மூலம் உருவாக்கும் உத்திகள் வந்து விட்டன. நம்ம பெங்களூருவில் ஒரு

தபால் நிலையத்தையே 3D பிரிண்ட்டிங் மூலம் கட்டிக் கொண்டிருக்கிறார்கள். திருத்தம்- பிரிண்ட் செய்து கொண்டிருக்கிறார்கள். இதன் மூலம் பொருட்செலவு மிகவும் குறையும் என்கிறார்கள். விரைவாகவும் முடியும். "போஸ்ட் பண்ற லெட்டர பிரிண்ட் பண்ணது போக, இப்ப போஸ்ட் ஆபீஸையே பிரிண்ட் பண்ண ஆரம்பிச்சுருக்காங்க."

"இதெல்லாம் நம்புற மாதிரியா இருக்கு?" எனக் கேட்டால் நமது IIT மெட்ராஸின் ஸ்டார்ட்டப் ஒன்றின் மூலம் முழு வீட்டையும் 3D பிரிண்ட்டிங் மூலம் ஏற்கனவே வெற்றிகரமாக உருவாக்கிக் காட்டியுள்ளனர். வீடு மட்டுமல்ல. நாற்பதடிப் பாலம் ஒன்றையே ஆம்ஸ்டர்டாமில் 3D பிரிண்ட்டிங் மூலம் கட்டியுள்ளனர்.

3D பிரிண்ட்டிங் மூலம் இறைச்சியைக் கூடப் பிரிண்ட் செய்ய முடியும் என்கின்றனர். அதாவது தாவரப் பொருட்களை மட்டுமே வைத்து இறைச்சி போன்றே சுவையைத் துல்லியமாக உருவாக்கிக் காட்டியுள்ளனர். வருங்காலங்களில் இவை பரவலாகக் கூடும். பயோ பிரிண்ட்டிங் (bio printing) தொழில்நுட்பம் மூலம் செயற்கையாய் உடலுறுப்புகளை உருவாக்குவது குறித்த ஆராய்ச்சிகளும் நடைபெற்றுக் கொண்டிருக்கின்றன.

மருத்துவத் துறையில் 3D பிரிண்ட்டிங் பெரும் பயன்களைத் தரும். நோயாளியின் தேவைக்கேற்ப இம்பிளான்ட்களை உருவாக்குவது போன்றவற்றில் 3D பிரிண்ட்டிங் கைகொடுக்கும்.

வருங்காலங்களில் செயற்கை நுண்ணறிவு மேலும் செழுமையடையும். அதன் மூலம் கட்டுப்படுத்தப்படும் 3D பிரிண்ட்டர்கள் எவ்விதமான பொருட்களை எல்லாம் உருவாக்கப் போகிறது என்றெண்ணிப் பார்ப்பதே வியப்பாக உள்ளது. சற்றே பயமாகவும்கூட. 'ஆயுதம் செய்வோம். நல்ல காகிதம் செய்வோம்' என்றான் பாரதி. அத்தனையையும் 3D பிரிண்ட்டரில் செய்வோம் என்று அப்டேட் செய்து கொள்ள வேண்டியதுதான்.

11. பிரவுசர் யுத்தம்

"ஏன் இத்தனை வெப் பிரவுசர்கள் இருக்கின்றன" என்று எப்போதேனும் யோசித்திருக்கிறீர்களா? கம்ப்யூட்டரில் பெரும்பாலோனோர் அதிக நேரம் பயன்படுத்தும் சாப்ட்வேர் வெப் பிரவுசர் தான். இணைய உலவிகள். பரந்துபட்ட இணைய வெளியில் நாம் மின்னல் வேகத்தில் பயணிக்க உதவுபவை இந்த வெப் பிரவுசர்கள்.

வெப் பிரவுசர்கள் கடந்து வந்த பாதை மிகவும் சுவாரசியமானது. இவற்றிற்கிடையே நடந்த / நடந்து கொண்டிருக்கும் போர் ரஷ்யா உக்ரைன் போரைவிடத் தீவிரமானது. நாமெல்லாம் நேரடியாகச் சம்மந்தப்பட்டது.

"அப்பாவியான இந்த பிரவுசரப் பாத்தா அப்டித் தெரியலயே?" என்று உங்களுக்குத் தோன்றக்கூடும். சமர்த்தாய் நாம் விரும்பும் வலைப் பக்கத்திற்கு அழைத்துச் செல்லும் இந்த மாணிக்கத்திற்குப் பின் பாட்ஷா பாயின் முகமொன்றும் உள்ளது.

"உங்க கம்ப்யூட்டரைத் திறந்தவுடன் எந்தச் சாப்ட்வேரை ஓப்பன் பண்றீங்க?" இந்தக் கேள்விக்குப் பதில் வெப் பிரவுசர் என்றுதான் பெரும்பாலோனோர் கூறுகின்றனர். ஆரம்பத்தில் வலைப் பக்கங்களை மேய மட்டுமே இந்த உலவிகள் உருவாக்கப்பட்டன. ஆனால் காலப் போக்கில்

வெப் பிரவுசரில் செய்ய முடியாத வேலை என்ற ஒன்றே இல்லை என்னுமளவுக்கு இவை விஸ்வரூபம் எடுத்துள்ளன.

முன்பெல்லாம் ஆபரேட்டிங் சிஸ்டங்கள்தான் பயனருக்குத் தேவையான நிறைய வேலைகளைச் செய்து வந்தன. கூடாரத்துக்குள் ஒட்டகம்போல் மெல்ல நுழைந்த வெப் பிரவுசர்கள் இன்று ஆபரேட்டிங் சிஸ்டங்களைப் பின்னுக்குத் தள்ளி "இனிமே எல்லாத்தையும் நானே பாத்துக்கறேன்" என்று ராஜாங்கம் நடத்தத் தொடங்கியுள்ளன.

டிம் பெர்னர்ஸ் லீ (Tim Berners Lee) என்பவர் தான் இணைய உலகின் தந்தை. முதன் முதலாகப் வெப் பிரவுசரை உருவாக்கியவர். வேர்ல்ட் வைட் வெப் (WorldWideWeb) என்பது அந்தப் பிரவுசரின் பெயர். ஆனாலும் மக்களிடம் மிகவும் பிரசித்தி பெற்ற முதல் பிரவுசர் நெட்ஸ்கேப் நேவிகேட்டர். இது ஒரு கமர்ஷியல் சாப்ட்வேர். இதைப் பயன்படுத்தும் உரிமத்தைக் காசு கொடுத்து வாங்க வேண்டும்.

தொண்ணூறுகளின் மத்தியில் இது உருவாக்கப்பட்டது. கொஞ்சம் கொஞ்சமாக நேவிகேட்டர் பயனாளர்களிடையே பிரபலமடையத் தொடங்கியது. அப்போதுதான் ஆரம்பமானது முதலாவது பிரவுசர் யுத்தம். மைக்ரோசாப்ட் இண்டர்நெட் எக்ஸ்ப்ளோரரை உருவாக்கியது. நெட்ஸ்கேப்புக்குப் போட்டியாக. அவர்கள் தரும் அத்தனை வசதிகளையும் தனது இண்டர்நெட் எக்ஸ்ப்ளோரர் பிரவுசரிலும் தந்தது மைக்ரோசாப்ட். நெட்ஸ்கேப் மேலும் வசதிகளை அதிகப்படுத்தியது. மைக்ரோசாப்ட்டும் அதையே செய்தது.

விண்டோஸ் இயங்கு தளத்தை இன்ஸ்டால் செய்தவுடனேயே, தானாக இண்டர்நெட் எக்ஸ்ப்ளோரர் டெக்ஸ்டாப் ஸ்கீரினில் இருக்குமாறு செய்தது மைக்ரோசாப்ட். அதாவது, உங்களுக்கு நேவிகேட்டர் வேண்டுமென்றால் நீங்கள் தனியாக வாங்கி இன்ஸ்டால் செய்ய வேண்டும். ஆனால் எக்ஸ்ப்ளோரர் தானாகவே கிடைக்கும். நீங்கள் எக்ஸ்ப்ளோரருக்கெனத் தனியாகக் கட்டணம் எதுவும் செலுத்தத் தேவையில்லை.

இது முறையற்ற போட்டி என்று கூறி நெட்ஸ்கேப் நீதிமன்றம் சென்றது. நெட்ஸ்கேப் ஒரு சிறு நிறுவனம். மைக்ரோசாப்ட்

போன்ற உலகப்பெரும் நிறுவனத்திற்கெதிராகத் தொடர்ந்து போராட முடியவில்லை. முதலாவது பிரவுசர் யுத்தத்தில் எக்ஸ்ப்ளோரரே வென்றது.

நெட்ஸ்கேப் தனது சோர்ஸ் கோடை அனைவரும் பயன்படுத்தும் வகையில் ஓப்பன் சோர்ஸ் முறையில் வெளியிட்டது. தொண்ணூறுகளின் இறுதியில் மோசில்லா ப்ராஜெக்ட் (Mozilla) தொடங்கப்பட்டது. உலகெங்கும் உள்ள எண்ணற்ற புரோகிராமர்களின் உதவியுடன் இரண்டாயிரத்து இரண்டில் வெளிவந்தது மோசில்லா 1.0. இதன் பின் மோசில்லா பவுண்டேசன் என்னும் லாப நோக்கம் இல்லாமல் செயல்படும் நிறுவனம் தொடங்கப்பட்டது. இரண்டாயிரத்து நான்காம் ஆண்டு வெளியானது பிரவுசர் உலகில் பெரும் திருப்பத்தை ஏற்படுத்திய ஃபயர்ஃபாக்ஸ் (FireFox). வெளிவந்த ஓராண்டுக்குள் நூறு மில்லியன் காப்பிகள் டவுண்லோட் செய்யப்பட்டன.

உங்கள் தேவைக்கேற்பப் பிரவுசரின் வசதிகளை அதிகப் படுத்திக் கொள்ளும் வண்ணம் எக்ஸ்டன்சன்கள் உருவாக்கப்பட்டன. ஃபயர்ஃபாக்ஸ் எக்ஸ்ப்ளோரருக்கு கடும் போட்டியைக் கொடுத்தது. புரோகிராமர்களின் மத்தியில் ஃபயர்ஃபாக்ஸ் பெரும் வரவேற்பைப் பெற்றது. இதை நாம் இரண்டாவது பிரவுசர் யுத்தத்தின் தொடக்கம் என்றே கூறலாம்.

கூகுள் நிறுவனமும் ஃபயர்ஃபாக்ஸ் பிரவுசருக்கு உதவியது. இதற்குப் பிரதிபலனாக ஃபயர் ஃபாக்ஸ் பிரவுசர் கூகுளை டீபால்ட் தேடுபொறியாக வைத்திருந்தது. இது அதிக அளவிலான பயனாளர்களிடம் தங்களின் விளம்பரங்களைக் கொண்டு செல்லக் கூகுளுக்கு வசதியாக இருந்தது.

கூகுள் தனது சொந்த பிரவுசரை உருவாக்க முடிவெடுத்தது. இதற்கான காரணம் தனது சாப்ட்வேர்களை வேகமாக இயங்கச் செய்தல். இதற்காகப் பிரத்தியேகமாக ஒரு எஞ்ஜினை உருவாக்கியது கூகுள். குரோமியம் என்னும் ஓப்பன் சோர்ஸ் ப்ராஜெக்ட்டை ஒட்டி உருவானது தான் கூகுள் குரோம். சவாலான இந்த கூகுள் குரோம் திட்டத்திற்குத் தலைமை தாங்கியவர் சுந்தர் பிச்சை - கூகுளின் இன்றைய தலைமைச் செயல் அதிகாரி. குரோம் பிரவுசர் எதிர்பார்த்ததைவிட

அதிக வெற்றியடைந்தது. விண்டோஸ், லினக்ஸ், மேக் என அனைத்து ஆப்பரேட்டிங் சிஸ்டம்களிலும் சிறப்பாகச் செயல்படும்படி வடிவமைக்கப்படது கூகுள் குரோம். இதன் மூலம் கூகுள் நிறுவனத்துக்குள் சுந்தர் பிச்சையும் மிகவும் பிரபலமடைந்தார். பின்னாளில் அவர் சீ.ஈ.ஓ வாக வருவதற்கு கூகுள் குரோமின் பிரம்மாண்டமான வெற்றியும் ஒரு காரணம் என்றே சொல்லலாம்.

கூகுள் சொந்த பிரவுசரைத் தயாரித்த பின்னரும்கூட மோசில்லாவிற்குத் தொடர்ந்து உதவி வருகிறது. கூகுள் குரோமின் அபரிமிதமான வளர்ச்சி எக்ஸ்ப்ளோரருக்குச் சிக்கலை ஏற்படுத்தியது. இதைச் சமாளிக்க மைக்ரோசாப்ட் எட்ஜ் (Edge) என்னும் பெயரில் தனது புதிய பிரவுசரை வெளியிட்டது. ஆனாலும் இன்றையச் சூழலில், பிரவுசர் மார்க்கெட் சேரில் கூகுள் குரோமே முன்னணியில் உள்ளது.

ஸ்டாட் கவுண்ட்டர் (StatCounter) மார்க்கெட் ஷேர் நிலவரங்களைத் தொடர்ந்து அப்டேட் செய்து வருகிற பிரபலமான தளம். இந்தாண்டு ஏப்ரல் மாத நிலவரப்படி, குரோமின் மார்க்கெட் ஷேர் **63.51%**. இரண்டாவதாக ஸபாரி **20.43%**. எட்ஜ் **4.96%** மட்டுமே. இரண்டாவது பிரவுசர் யுத்ததின் வெற்றியாளர் யார் என்று உங்களுக்கே இப்போது தெரிந்திருக்கும்.

ஆப்பிள் நிறுவனம் ஆரம்பத்தில் நேவிகேட்டருக்கு ஆதவரளித்து வந்தது. பின்னர் சைபர் டாக் (Cyber Dog) என்றவொன்றை முயன்று பார்த்தார்கள். அதன்பின் சில காலம் எக்ஸ்ப்ளோரருடன் ஒரு கூட்டணி. பின்னர் இரண்டாயிரத்து மூன்றில் ஸபாரியை அறிமுகப்படுத்தினார் ஸ்டீவ் ஜாப்ஸ். ஸபாரிக்கான ரசிகர் கூட்டமும் பெரிது தான்.

இது போக, ஓப்ராவின் (Opera) மினி பிரவுசர் ஒரு காலத்தில் மிகப் பிரபலம். மொபைல் போன்களின் மூன்று இன்ச் குட்டித் திரையிலே இந்தப் பிரவுசர் பிரமாதமாகப் படம் காட்டியது.

ஏன் ஒவ்வொரு நிறுவனமும் பிரவுசர் விசயத்தில் இவ்வளவு கவனம் செலுத்துகின்றன? ஏனென்றால் பிரவுசர்கள் மூலம்தான் விளம்பரங்களை எளிதில் கொண்டு செல்ல முடியும். பயனாளர்

என்ன செய்கிறார் என்பதை உற்றுக் கவனித்துக் கொண்டே இருக்க முடியும். தாங்கள் உருவாக்கும் சாப்ட்வேர்கள் தங்களின் பிரவுசர்களில் மிகச் சிறப்பாகச் செயல்படும்படி செய்ய முடியும். ஆக மொத்தத்தில் யூஸரை எப்போதும் தங்களின் கட்டுப்பாட்டு வளையத்துக்குள்ளேயே வைத்துக் கொள்ள முடியும்.

வலைத்தளங்களில் வரும் விளம்பரங்கள் பெரும் இம்சை. இதைக் கட்டுப்படுத்துவதற்காக வந்தது பிரேவ் (Brave) பிரவுசர். உங்களை யாரும் எளிதாக டிராக் (track) செய்யக் கூடாது என்றால் டார் (Tor) பிரவுசரைப் பயன்படுத்தலாம்.

பிரவுசர் யுத்தம் இன்னமும் முடிந்துவிடவில்லை. உங்களது விண்டோஸ் 11 கம்ப்யூட்டரில் டீபால்ட் பிரவுசரை மாற்ற முயற்சித்துப் பாருங்கள். விடாப்பிடியாக “தயவு செஞ்சு என்ன மாத்தாதீங்க எசமான். இன்னொரு வாய்ப்பு தாங்க” என்று கெஞ்சுவதைப் பார்க்கலாம்.

நல்ல பிரவுசரின் அடையாளம் வேகம் மற்றும் பாதுகாப்பு. எல்லா வகையான வலைப்பக்கங்களையும் சிறப்பாகக் காட்ட வேண்டும். பேட்டரியைக் கரைக்கக் கூடாது. ஆப்பரேட்டிங் சிஸ்டம் வேறுபாடின்றி வேலை செய்ய வேண்டும். இதையெல்லாம் தரும் பிரவுசர்கள் தான் பிரபலமடைகின்றன.

“நம்ம ஊர்ல எதுவும் பிரவுசர் செய்யலயா?” என்று உங்களுக்குக் கேள்வி எழலாம். சமீபத்தில் ஒரு பிரவுசர் வந்துள்ளது. உலா, அதன் பெயர். ஜோஹோவினுடையது. எளிமை மற்றும் பாதுகாப்பை முன்னிறுத்தி உருவாக்கப்பட்டுள்ளது உலா. அழகுத் தமிழ் பெயருக்காகவேனும் ஒரு முறை முயன்று பாருங்கள். சென்னையிலிருந்து ஒரு பிரவுசர். பெருமையாகத் தான் உள்ளது. பிரவுசர் உலகில், இது சென்னை சூப்பர் கிங்ஸ் போலாகட்டும் என்று வாழ்த்துவோம்.

12. நல்லவனுக்கு எதற்கு இன்காக்னிட்டோ?

“யோக்கியனுக்கு இருட்டுல என்னடா வேல?” என்றொரு வடிவேலு பட வசனம். நாமனைவருமே பார்த்து ரசித்திருப்போம். அதற்கு இணையானது தான், “நல்லவனுக்கு எதுக்குடா இன்காக்னிட்டோ மோட்?”

இன்காக்னிட்டோ என்பது வெப் பிரவுசர்கள் வழங்கும் ஒரு வசதி. இரகசியமாய்... இரகசியமாய்... இணையத்தைப் பயன்படுத்தும் வழிமுறை. அல்லது, அப்படித்தான் பலரும் நினைத்துக் கொண்டிருக்கின்றனர். இந்த இன்காக்னிட்டோவின் பலதரப்பட்ட பயன்கள் பெரும்பாலானோர் அறியாதவை. உண்மையிலேயே இன்காக்னிட்டோ நம்மிடம் இரகசியக் காப்புப் பிரமாணம் செய்கிறதா? அப்படிச் செய்தாலும், எந்தளவுக்கு அதைக் கடைபிடிக்கிறது? வாருங்கள் உங்களுக்கு மட்டும் பரம ரகசியமாய் இன்காக்னிட்டோ பற்றிச் சொல்லித் தருகிறேன்.

ஒவ்வொரு வெப் பிரவுசரிலும் இன்காக்னிட்டோ வெவ்வேறு அவதாரம் எடுக்கிறது. கூகுள் குரோமில் இன்காக்னிட்டோ. ஸபாரியில் பிரைவேட் பிரௌசிங். எட்ஜ் பிரவுசரில் இன் பிரைவேட் மோட். ஓப்ரா மற்றும் ஃபயர்ஃபாக்ஸில் பிரைவேட் மோட். சஹஸ்ரநாமங்கள் இருந்தாலும் லீலை செய்யும் மாயக் கண்ணன் ஒருவன்தானே. அதேபோலத்தான் இங்கும்.

இந்தக் கட்டுரையில் நாம் பொதுவாக இன்காக்னிட்டோ என்ற சொல்லைப் பயன்படுத்துகின்றோம். இருந்தபோதிலும், இது மேலே சொன்ன அத்தனை அவதாரங்களையும் குறிப்பிடுவதாகவே புரிந்து கொள்ளவும்.

அனைத்து பிரவுசர்களுமே பிரத்தியேகமாக இன்காக்னிட்டோ டேப்களை உருவாக்கிக் கொள்ள அனுமதிக்கின்றன. இந்த டேப்களில் நாம் மேற்கொள்ளும் எந்தவொரு நடவடிக்கையும் வெளியில் யாருக்கும் தெரியாது என்று பலரும் நினைத்துக் கொள்கின்றனர். ஆனால் உண்மை அதுவல்ல. இன்காக்னிட்டோ என்பது சில தடயங்களை மறைக்கும். அனைத்தையும் அல்ல.

இன்காக்னிட்டோவில் நீங்கள் பார்வையிடும் வலைப்பக்கங்கள் குறித்த தகவல்கள் உங்களின் பிரவ்சர் ஹிஸ்டரியில் சேராது. "அப்ப ரகசியம் தானே?" என்று கேட்கலாம். இதற்கான பதில் "உங்கள்" பிரவுசர் ஹிஸ்டரியில் மட்டும்தான் சேராது. ஆனால் உங்களுக்கு இணையச் சேவையை வழங்கும் இண்டர்நெட் சர்வீஸ் புரொவைடர்களின் (ISP: Internet Service Providers) அவைக்குறிப்பில் கட்டாயம் இருக்கும். அதாவது நீங்கள் பி.எஸ்.என்.எல் இணைப்பு வைத்திருந்தால் அவர்களின் சர்வரில் எல்லா டிராஃபிக்குமே பதிந்து கொள்ளப்படும்.

"அப்ப இன்காக்னிட்டோ வேஸ்ட்டா?" என்ற கேள்வி எழலாம். அப்படியும் இல்லை. சாதாரணமாக நீங்கள் எந்தவொரு வலைப்பக்கத்திற்குச் சென்றாலும், அவை நீங்கள் வந்து சென்றதற்கான குறிப்பைப் பதிந்து கொள்ளும். இதைக் குட்டிக் குட்டித் தகவல்களாக உங்கள் கம்ப்யூட்டரிலேயே சேர்த்து வைக்கும். இதைத் தான் "குக்கீஸ்" என்கிறார்கள்.

இந்தக் குக்கீஸ்களை நம்பித்தான் பெரும்பாலான இணையத் தளங்கள் உள்ளன. முன்பெல்லாம் இதைக் கமுக்கமாகச் செய்து வந்தார்கள். பிரைவசி குறித்த சட்டங்கள் கடுமையானபின் நம்மிடம் அனுமதி கேட்கிறார்கள். சமீப காலமாய் நீங்கள் பார்வையிடும் வலைத் தளங்கள் பலவும் "அய்யா, எங்கள் குக்கீஸ்களை அனுமதியுங்கள்" என்று கேட்பதைக் கவனித்திருக்கலாம். இன்காக்னிட்டோ மோடில் இருந்தால் இந்தக் குக்கீஸ்கள் ஏற்படுத்தப்படாது.

‘இதனால என்னாகப் போகுது? அவ்வளவு பெரிய விஷயமா இது?’ எனத் தோன்றலாம். குறிப்பான பயன்கள் உள்ளன. இந்தக் குக்கீஸ்களை வைத்துத்தான் நீங்கள் திரும்பவும் அந்தத் தளங்களுக்குச் செல்லும்போது உங்களைக் கண்டறிகிறார்கள். “வாங்க... வாங்க... போன வாரம் கூட நம்ம கடைக்கு வந்தீங்க போல” என நீங்கள் வழக்கமாகப் பொருள் வாங்கும் கடைக்காரரர் உங்களை அடையாளம் கண்டுகொள்வது போன்றதுதான் இது.

“நல்லதுதான?” என்றால் நல்லதுதான். ஆனால் எல்லா நேரங்களிலும் நல்லது இல்லை. உதாரணமாக ஒன்றைச் சொல்கிறேன். நீங்கள் ஒரு சுற்றுலா செல்லத் திட்டமிடுகிறீர்கள். அடுத்த மாதம் என்று வைத்துக் கொள்ளுங்கள். இப்போதே ஹோட்டல் மற்றும் டிக்கெட் புக்கிங் தளங்களைப் பார்வையிடுகிறீர்கள். கட்டணம் எவ்வளவு என்று பார்க்கின்றீர்கள். நீங்கள் மட்டும் பார்க்கவில்லை. நீங்கள் பார்ப்பதை அந்த வலைத்தளங்களும் பார்த்து வைத்துக் கொள்கின்றன. இப்போது அவர்களுக்கு உங்கள் பயணத்திட்டம் குறித்த தகவல்கள் கிடைத்து விடுகின்றன.

இனி இரண்டு விசயங்கள் நடக்கும். ஒன்று உங்களுக்குச் சுற்றுலா சம்பந்தப்பட்ட விளம்பரங்கள் சகட்டு மேனிக்கு வரும். இரண்டாவது, இன்னும் ஆபத்தானது. ஹோட்டல் மற்றும் பயணக் கட்டணங்கள் நிலையானவை அல்ல. மாறிக்கொண்டே இருப்பவை. குறிப்பாக விமானக் கட்டணங்கள். நீங்கள் இந்த நாளில் பயணம் செய்வது உறுதி என வலைத் தளங்களுக்குத் தெரிந்தால், அவை கட்டணத்தை உயர்த்திக் காட்டும். விமானப் பயணம் குறித்த தகவல்களைத் தேடும்போது இன்காக்னிட்டோவில் தேடுவது உங்களுக்கு நல்லது. உங்கள் பேங்க் பேலன்சுக்கும்.

உங்கள் குடும்ப உறுப்பினர் ஒருவருக்கு சர்ப்ரைஸாகப் பரிசொன்று வாங்கித்தர நினைக்கின்றீர்கள். வீட்டில் உள்ள கம்ப்யூட்டரில் என்ன வாங்கலாம் என்று தேடுகிறீர்கள். நீங்கள் தேடிய பொருள் குறித்த விளம்பரங்கள் தொடர்ந்து வரத் தொடங்கும். நீங்கள் யாருக்கு சர்ப்ரைஸ் கொடுக்க வேண்டுமென்று நினைத்தீர்களோ, அவர்கள் பிரௌஸ்

செய்யும் போதும் இதே பொருள்குறித்த விளம்பரங்கள் வரும். அவ்வளவுதான். சர்ப்ரைஸ் தோல்வியில் முடியும். எனவே, இவ்வாறு தேடும்போது, இன்காக்னிட்டோ மோடில் தேடலாம். அவர்கள் உங்கள் பின்னால் நிற்கும்போது தேடாமல் இருப்பது உங்கள் சமத்து.

இன்காக்னிட்டோவின் இன்னொரு முக்கியமான நன்மை நீங்கள் வேறொரு யூஸராக மாறுவது. அதாவது, இப்போதெல்லாம், எல்லா வலைப் பக்கங்களும் லாக் - இன் வைத்துள்ளன. உங்களின் யூஸர் நேமையும், பாஸ்வேர்டையும் போட்டுத்தான் உள்ளே செல்ல முடியும். ஒரு பிரவுசரில் ஒரு நேரத்தில் நீங்கள் ஒரு யூஸராக மட்டுமே லாக் - இன் செய்ய முடியும்.

இங்குதான் இன்காக்னிட்டோவின் கல்யாண குணங்கள் நமக்குக் கை கொடுக்கின்றன. ஒரு இன்காக்னிட்டோ பிரவுசர் டேபை ஆரம்பியுங்கள். 'நான் அவன் இல்லை' என்பது போல், இப்போது அதே பிரவுசரில் நீங்கள் வேறொரு யூஸராக லாக்-இன் செய்ய முடியும். எத்தனை இன்காக்னிட்டோ டேப்களை உருவாக்குகிறீர்களோ அத்தனை வேறுபட்ட யூஸர்களாக லாக் - இன் செய்ய முடியும்.

இன்காக்னிட்டோவைப் பயன்படுத்துவதன் மூலம், முன்பெல்லாம் பல வலைத்தளங்களில் காசு கட்டிப் படிக்க வேண்டிய பக்கங்களைக்கூட இலவசமாகவே சென்றடைய முடிந்தது. இப்போதும் சில வலைத் தளங்களில் முடியலாம். ஆனால் முக்கியமான வலைத்தளங்கள் இதற்கான தீர்வைத் தற்போது கண்டறிந்து விட்டனர். எது எப்படியோ, இவ்வாறு பிறரின் உழைப்பை அவமதிப்பது ஏற்றுக் கொள்ளத் தக்கதல்ல. நாகரீகமானதும் அல்ல. அதனால் இதை விட்டுவிடலாம்.

'இன்னொரு சுவாரசியமான பயன்பாடொன்றுள்ளது. நீங்கள் கூகுளில் ஏதோவொன்றைத் தேடுகிறீர்கள். கூகுள் தரும் விடையானது நீங்கள் தேடும் பொருளை மட்டுமேயன்றி உங்களையும் பொருத்தது. நீங்கள் ஏற்கனவே தேடியவை, நீங்கள் பார்வையிட்ட வலைப்பக்கங்கள் ஆகியனவற்றையும் கூகுள் கருத்தில் கொள்கிறது. நீங்கள் இன்காக்னிட்டோ மோடில் தேடினால் கூகுள் கொண்டு வந்து தரும் பக்கங்கள் வேறாக இருக்கும். இதே போல யூடிபிலும் இன்காக்னிட்டோவை

முயன்று பாருங்கள். எல்லாமே புதிதாக மாறிவிட்டது போன்றதொரு உணர்வு வரும்.

இன்காக்னிட்டோ என்பது முழு ரகசியம் அல்ல. நீங்கள் எங்கிருக்கிறீர்கள் என்பதையெல்லாம் இன்காக்னிட்டோ மறைக்காது. உங்களின் ஐ.பி முகவரி (IP address) மூலம் எளிதில் கண்டுபிடித்து விடலாம். அதற்கு வி.பி.என் (Virtual Private Network), டார் பிரவுசர் (Tor) போன்ற பிற தீர்வுகள் உள்ளன.

"நான் ஒவ்வொரு தடவையும் இப்படி ஒரு இன்காக்னிட்டோ டேபை ஓப்பன் செய்யணுமா?" எனக் கேட்போர்க்கு ஒரு தீர்வுள்ளது. "டக் டக் கோ" (DuckDuckGo https://duckduckgo.com/). (வாத்து வாத்து போ என்றெல்லாம் தமிழ்'படுத்தக்' கூடாது.) இதுவொரு சர்ச் என்ஜின். நீங்கள் என்ன செய்கிறீர்கள் என டிராக் செய்யாது. கூகுள் குரோம் எக்ஸ்டன்சன் ஆகவும் கிடைக்கிறது. இதை இன்ஸ்டால் செய்து கொள்வதன் மூலம் வலைப்பக்கங்கள் உங்களை டிராக் செய்வது பெருமளவு தடுக்கப்படுகிறது. யார் உங்களை டிராக் செய்ய முயற்சிக்கிறார்கள் என்பதையும் இது காட்டிக் கொடுக்கிறது.

'டக்டக் கோ'வின் மொபைல் ஆப் ஒன்றுள்ளது. அதில் நீங்கள் பிரௌசிங்கும் பண்ணலாம். இங்கும் சர்வம் இன்காக்னிட்டோ மயம். முயன்று பாருங்கள்.

ஒன்றை மட்டும் எப்போதும் நினைவில் வைத்துக் கொள்ளுங்கள். இண்டர்நெட்டைப் பொறுத்தவரை பரம ரகசியம் என்று எதுவுமே கிடையாது. பிரைவசி என்பதே ஒப்பீட்டளவிலானதே. இணையத்தில் ஆயிரம் கண்கள் எப்போதும் நம்மைப் பார்த்துக் கொண்டேதான் இருக்கின்றன. சொல்லப் போனால் இணையத்தைப் பயன்படுத்தும் அனைவருமே ஒரு விதத்தில் பிக்பாஸ் வீட்டில் தான் இருக்கின்றோம். ஆனால் இங்கு பிக்பாஸ் ஒருவர் அல்ல. பலப்பல பிக் பாஸ்கள். ஓடவும் முடியாது. ஒளியவும் முடியாது.

இன்காக்னிட்டோ மோட் என்பது வண்ணத் தொட்டிக்குள் விழுந்த நரிபோலத் தான். அடையாளத்தை மறைத்தல் தற்காலிகமானதே. பெருமழை வரும் வேளை நரிகளின் சாயங்கள் வெளுக்கத் தானே செய்யும். என்ன செய்ய? மழை நின்றதும் வேறொரு வண்ணத் தொட்டியைத் தேடி ஓட வேண்டியதுதான்.

13. மேனேஜரைக் காதலிப்போம்

“உங்களுக்குப் பாஸ்வேர்ட் ஸ்ட்ரெஸ் இருக்கா?” இப்படியொரு கேள்வி நூதனமாய்த் தெரியலாம். ஆனால் சமீபகாலங்களில் இக்கேள்வி பரவலாகி வருகிறது. ஒரு சராசரி யூஸருக்கு எழுபது பாஸ்வேர்ட்கள் வரை தேவைப்படுகின்றன. இப்பெரும் எண்ணிக்கையிலான பாஸ்வேர்ட்களை நினைவில் வைத்துக்கொள்ள வேண்டிய கட்டாயமும் இருக்கிறது. இவற்றை மறந்துவிடுவதால் ஏற்படும் மன அழுத்தத்தையே பாஸ்வேர்ட் ஸ்ட்ரெஸ் என்கிறார்கள்.

நவீன மனிதன் சந்திக்கும் வினோதமான சிக்கல்களில் ஒன்று இந்தப் பாஸ்வேர்ட் மேனேஜ்மெண்ட். கடவுச்சொல் மேலாண்மை. என்னதான் பயோமெட்ரிக்கெல்லாம் வந்துவிட்டாலும் இன்னமும் பெரும்பாலான வலைத்தளங்கள் பாஸ்வேர்டை வைத்துத்தான் “ஓ நீங்களா?” என நம்மை அடையாளம் காண்கின்றன.

“சின்னதா ஒரு வார்த்தை. அதை ஞாபகம் வைத்துக் கொள்வதெல்லாம் கஷ்டமா?” எனத் தோன்றலாம். ஆனால் விஷயம் அத்தனை எளிதானதல்ல. இதில் உள்ளடங்கியிருக்கும் சங்கடங்கள் அதிகம்.

ஒரேஒரு வார்த்தை என்றால் பரவாயில்லை. இங்கு ஒவ்வொரு அக்கவுண்ட்டுக்கும் ஒவ்வொரு பாஸ்வேர்ட். எங்கும் எழுதியும் வைக்கக் கூடாது. யாரிடமும் சொல்லக் கூடாத ப்ரம்ம

இரகசியம் வேறு. அப்படியென்றால் ஸ்ட்ரெஸ் ஆகத் தானே செய்யும்.?

ஒருவரின் ஃபோனில் இரண்டு சிம்கார்டுகள் உள்ளனவென்று வைத்துக் கொள்ளுங்கள். திடீரென்று யாராவது இரண்டு எண்களையும் கேட்டால் பெரும்பாலோரால் ஒரே ஒரு எண்ணை மட்டுமே நினைவிலிருந்து சொல்ல முடிகிறது. “கொஞ்சம் பொறுங்க. பாத்துச் சொல்றேன்” என்று இரண்டாவது எண்ணை ஃபோனில் பார்த்துத் தான் சொல்கிறார்கள். இப்படி இரண்டாவது எண்ணையே எங்கிருந்தோ பார்த்துத்தான் சொல்ல வேண்டுமென்றால், இத்தனை பாஸ்வேர்ட்களை நினைவிலிருந்தே சொல்ல வேண்டுமென்பதெல்லாம், “வாய்ப்பில்லை ராஜா, வாய்ப்பில்லை”.

“ரொம்ப சிம்பிள் சார். எல்லா அக்கவுண்ட்டுக்கும் ஒரே பாஸ்வேர்டா வச்சுட்டுப் போங்கோ” என்றெல்லாம் கூடச் சிலர் விபரீத புத்திமதி வழங்கக்கூடும். பலரும் அப்படிச் செய்துகொண்டுதான் இருக்கிறார்கள். உங்கள் வீட்டிலிருக்கும் எல்லாப் பூட்டுக்களுக்கும் ஒரே சாவியைப் பயன்படுத்த நீங்கள் தயாரென்றால் அந்த யோசனையையும் செயல்படுத்தலாம்.

இணையத்தைத் தொடக்க காலத்தில் சாதரணத் தகவல் பரிமாற்றத்திற்கு மட்டுமே பயன்படுத்தினார்கள். இணையம் வளர வளர, வங்கிச் சேவை, வர்த்தகம் போன்ற பல்வேறு முக்கியப் பயன்பாடுகள் உருவாயின. இப்பயன்களைச் சிறப்பாக வழங்கப் பயனாளர்களைச் சரியாக அடையாளம் காண வேண்டியது அத்தியாவசியமானது. இச்சூழலில் தான் பாஸ்வேர்ட்களின் மகத்துவம் கூடின. இவற்றைப் பத்திரமாக வைத்துக் கொள்ள வேண்டியது, அறிவுறுத்தல் என்ற நிலையிலிருந்து, அத்தியாவசியம் என்ற நிலைக்கு மாறியது.

முதலில் நல்ல பாஸ்வேர்ட் என்றால் என்னவென்று பார்த்துவிடுவோம். ஏனெனில் மோசமான பாஸ்வேர்டை பத்திரப்படுத்தியும் பலனில்லை. அதைப் பத்திரப்படுத்துதல் கடினமும் கூட. எனவே பாஸ்வேர்ட் மேனேஜ்மெண்ட்டின் முதற்படி நல்ல பாஸ்வேர்டை அமைத்துக்கொள்வதுதான்.

குறைந்தது எட்டெழுத்துகள். ஆனால் பன்னிரெண்டு எழுத்துகளுக்கு மேலிருத்தல் சுபம். பாஸ்வேர்ட் என்பது ஒரு

வார்த்தையல்ல. அது எழுத்துகளின் கோர்வை. உங்களின் பாஸ்வேர்ட் பொருள் தரும் வார்த்தையாக இருக்கக் கூடாது. "ஏன்? ஏன்? ஏன்?" என எத்தனை தடவை கேட்டாலும், இருக்கவே கூடாது. ஏனெனில், அகராதியிலிருக்கும் வார்த்தைகளைப் பாஸ்வேர்டாகப் பயன்படுத்தினால், ஒரு ப்ரோகிராம் எழுதி அதை எளிதில் கண்டறிந்து விடலாம். இதனை "டிக்ஸ்னரி அட்டாக்" என்கிறார்கள். அகராதித் தாக்குதல்!. பொருளல்லதையும் பொருளாகச் செய்யும் வித்தை பாஸ்வேர்ட்களிடம்தான் இருக்கிறது.

பாஸ்வேர்ட் என்பது பரம்பரைச் சொத்தல்ல. அதன் மீது எந்தவொரு சென்ட்டிமெண்ட்டும் உருவாக்கிக்கொள்ளக் கூடாது. மாற்றம் ஒன்றே மாறாதது. பாஸ்வேர்ட்களுக்கு இது மிகவும் பொருந்தும். "நானெல்லாம் இந்தப் பாஸ்வேர்டை இருபது வருஷமா வச்சிருக்கேன் சார்" என்றால் ஆபத்து.

பகுத்துண்டு பல்லுயிர் ஓம்புதல் நல்லதுதான். ஆனால் பாஸ்வேர்டைப் பொறுத்தவரை இந்தப் பகுத்துண்டு பிசினசையெல்லாம் ஒதுக்கி ஓரமாக வைத்துவிட வேண்டும். உங்களின் பாஸ்வேர்டை 'யாரிடமும்' பகிர்ந்து கொள்ளாதீர்கள். பெரும்பாலான பாஸ்வேர்ட் பஞ்சாயத்துகள், இவ்வாறு பாஸ்வேர்டை யாரிடமோ சொன்னதால் வந்த வினைதான். உங்களைத் தவிர வேறொருவருக்கும் தெரியுமென்றால் உங்கள் பாஸ்வேர்ட் நல்ல பாஸ்வேர்ட் அல்ல.

உங்கள் பாஸ்வேர்டுக்கும், உங்கள் சொந்தத் தகவல்களுக்கும் எந்தச் சம்பந்தமும் இருக்கக் கூடாது. உங்களின் பெயர், பிறந்த தேதி, சொந்த ஊர், குடும்பத்தினரின் பெயர், வண்டிகளின் ரிஜிஸ்ட்ரேஷன் எண்கள் என எந்தத் தகவலும் உங்கள் பாஸ்வேர்டில் இருக்கக் கூடாது.

உங்களின் பாஸ்வேர்டில் அப்பர் கேஸ் (A-Z), லோயர் கேஸ் (a-z), சிறப்புக் குறியீடுகள் ($, #, &, % போன்றவை), எண்கள் என அத்தனையும் இருத்தல் கூடுதல் பலம்.

"அதெல்லாம் சரிதான்... ஆனா இத்தனையும் செஞ்சா எப்டி ஞாபகம் வச்சிக்கிறது?" என்ற கேள்வியெழுவது இயல்பே.

இரண்டு விதமான வழிமுறைகளைக் கடைப்பிடிக்கலாம். ஒவ்வொன்றாகப் பார்க்கலாம்.

முதலாவது நல்ல பாஸ்வேர்டை உருவாக்கும் ஒரு பிரத்தியேக உத்தியை ஏற்படுத்துதல். நீங்கள் எளிதில் மறக்க முடியாத ஒரு வாக்கியத்தை உருவாக்குங்கள். அல்லது தேர்ந்தெடுங்கள். அதில் பத்து வார்த்தைகளாவது இருப்பதை உறுதி செய்யுங்கள். இந்த வாக்கியத்திலிருந்து நீங்கள் பாஸ்வேர்ட்களை உருவாக்கலாம். வாக்கியத்தின் ஒவ்வொரு வார்த்தையின் முதலெழுத்தையும் சேர்த்துப் பாஸ்வேர்ட் ஆக்குங்கள்.

பாஸ்வேர்டை மாற்ற வேண்டிய கட்டாயம் வரும்போது, இரண்டாவது எழுத்துக்கு மாறுங்கள். அப்பர் கேஸ் மற்றும் எண்களையும் சுழற்சி முறையில் பயன்படுத்தலாம். உங்களுக்கான பிரத்தியேக 'பாஸ்வேர்ட் செய்யும் எந்திரம்' தயார். ஒன்றை மட்டும் நினைவில் வைத்துக் கொள்ளுங்கள், இந்த வாக்கியத்தையும் உங்களின் பாஸ்வேர்ட் ஃபார்முலாவையும் யாரிடமும் சொல்லிப் பெருமைப்பட்டுக் கொள்ளக் கூடாது.

இவ்வாறான வாக்கியங்களுக்குப் பதில் பாடல்களையும் கவிதைகளையும் பயன்படுத்தலாம். நினைவில் வைத்துக் கொள்வது எளிதாக இருக்கும். கவித்துவமான பாஸ்வேர்டை உருவாக்கிய திருப்தியும் கிடைக்கும். 'அவளின் பாஸ்வேர்டும் கவிதை தான்... அடடே!!' என அள்ளிவிடலாம்.

இரண்டாவது வழிமுறை, பாஸ்வேர்ட் மேனேஜர்களைப் பயன்படுத்துவது. இவை உங்களுக்காகப் பாஸ்வேர்ட்களை ஞாபகம் வைத்துக்கொள்ளும் சாப்ட்வேர்கள். 'இது பாதுகாப்பானது தானா?' என்றால் வெளியில் எழுதி வைப்பதை விடவும், யாரிடமாவது சொல்லி வைப்பதை விடவும் பாதுகாப்பானதே. உங்களின் பாஸ்வேர்ட்கள் என்கிரிப்ட் செய்யப்பட்டே பதிந்து வைத்துக் கொள்ளப்படும்.

பாஸ்வேர்ட் மேனேஜர்களைப் பயன்படுத்துவதன் மூலம், நீங்கள் பல்வேறு பாஸ்வேர்ட்களை நினைவில் வைத்துக்கொள்ள வேண்டியதில்லை. ஒரே ஒரு மாஸ்டர் பாஸ்வேர்டை மட்டும் ஞாபகம் வைத்துக்கொண்டால் போதும். நிறைய பாஸ்வேர்ட் மேனேஜர்கள் உள்ளன. ஓப்பன் சோர்ஸ் முறையில் கிடைக்கும் "கீபாஸ்" (KeePass) மிகவும் பிரபலமான ஒரு பாஸ்வேர்ட் மேனேஜர். இங்கிருந்து (https://keepass.info/) டவுன்லோட் செய்து கொள்ளலாம். பயன்படுத்த மிகவும்

எளிமையானது. பல்வேறு சைபர் செக்யூரிட்டி விருதுகளையும் பெற்றுள்ளது. குறையென்று சொல்ல வேண்டுமென்றால், இதன் இன்டர்ஃபேஸ் கொஞ்சம் பழைய மாடல். அதனாலென்ன?. பூட்டு அழகாயிருப்பதை விட உறுதியாய் இருப்பதுதானே முக்கியம்.?

இதுபோக, பிட்வார்டன் (Bitwarden), கீவெப் (KeeWeb) போன்ற பல்வேறு பாஸ்வேர்ட் மேனேஜர்கள் உள்ளன. உங்களின் தேவைக்கேற்ப ஒன்றைத் தேர்ந்தெடுத்து முயன்று பாருங்கள்.

பாஸ்வேர்ட் ஸ்ட்ரெஸைக் குறைக்கும் முக்கிய வழிமுறை பாஸ்வேர்ட் மேனேஜரைப் பயன்படுத்துவது. மேனேஜர் நல்லவராய் இருப்பது அவசியம். மேலே சொன்ன ஓப்பன் சோர்ஸ் மேனேஜர்கள் எனக்குத் தெரிந்த அளவில் நல்லவர்கள்தான்.

பாஸ்வேர்ட் ஸ்ட்ரெஸை அதிகரிக்கும் முக்கியக் காரணி பாஸ்வேர்டைத் தப்பாக டைப் செய்தல். இப்போது ரீடைப் செய்ய வேண்டும். இது தான் பாஸ்வேர்டா அல்லது நாம் தான் தப்பாக டைப் செய்துவிட்டோமா என்ற சந்தேகத் தீ வேறு கொழுந்துவிடத் தொடங்கும். சில நேரங்களில் யூஸர் நேமும் சேர்ந்து கூட்டுச்சதி செய்யும். இந்த யூஸர் நேமைத் தான் வைத்தோமா எனக் குழப்பும். இவையெல்லாம் நாம் முக்கியமான ஒன்றைச் செய்யும்போது நிகழும் என்பதுதான் டிசைன். குருப்பெயர்ச்சிப் பலனாகவும் இருக்கலாம்.

வருங்காலங்களில் ‘இன்று உங்களுக்குப் பாஸ்வேர்ட் மறந்து போகும் வாய்ப்புகள் அதிகம். கவனமாயிருங்க்ள்’ எனத் தினசரி ஜோதிடப் பலன்களில் சொன்னாலும் ஆச்சர்யப்படுவதிற்கில்லை.

பாஸ்வேர்ட்கள் என்பன நாம் பெறுகின்ற இணையச் சேவைகளின் சாவிகள். அவற்றைத் தொலைத்து விடாமல் பத்திரமாகப் பார்த்துக் கொள்வது சிரத்தையுடன் செய்யவேண்டிய செயல். நமது தகவல்களைப் பாதுக்காக்கும் பாஸ்வேர்ட்களை நாமும் பாதுகாப்பது தானே தர்மம். தர்மம் தலை காக்கும்!

14. உங்க கம்ப்யூட்டருக்கு வேக்ஸீன் போட்டாச்சா?

"ஏன் நம்ம கம்ப்யூட்டர் இவ்வளவு ஸ்லோவா வேல செய்யுது?" என்ற கேள்வி பலருக்கும் உள்ளது. நீங்கள் ஒரு புத்தம் புதிய கம்ப்யூட்டரை வாங்கி வந்த அத்திருநாளை நினைத்துப் பாருங்கள். அன்றைக்கெல்லாம் உங்கள் கம்ப்யூட்டர் மின்னல் வேகத்தில் வேலை செய்ததல்லவா? பின்னர் இப்போது மட்டும் என்ன பிரச்சனை? ஏன் ஆமை வேகம்?

சாத்தியங்கள் இரண்டு. நீங்கள் முன்பைவிட அதிவேகமாக வேலை செய்யத் தொடங்கி விட்டீர்கள். எனவே கம்ப்யூட்டர் மெதுவாக வேலை செய்வது போலத் தோற்றமளிக்கிறது. இது முதல் சாத்தியம். இரண்டாவது உண்மையிலேயே கம்ப்யூட்டர் ஸ்லோவாகிவிட்டது. இவற்றுள் எது நிகழ்ந்திருக்க வாய்ப்புகள் அதிகமென்று உங்களையே கேட்டுக் கொள்ளுங்கள்.

எது எப்படியோ, கம்ப்யூட்டர் ஸ்லோவானதற்கான காரணமாய் பலரும் நம்புவது வைரஸ்கள். அதுவும் கோவிட் வந்து சென்றபின், இந்த வைரஸ் என்னும் வார்த்தையே ஒருவிதமான அலர்ஜியை உருவாக்கியுள்ளது. பயத்தையும். நல்ல வேளையாகக் கம்ப்யூட்டர்களிடமிருந்து மனிதர்களுக்குப் பரவும் வகையிலான வைரஸ்கள் உருவாக்கப்படவில்லை- இதுவரையிலும்.

இந்த வைரஸ்களைக் கட்டுப்படுத்தவே ஆன்ட்டி வைரஸ் சாப்ட்வேர்கள் தயாரிக்கப்படுகின்றன. உங்களின் கம்ப்யூட்டரில் ஆன்ட்டி வைரஸ் இன்ஸ்டால் செய்துள்ளீர்களா? அப்படியே இன்ஸ்டால் செய்திருந்தாலும் அவை உங்கள் கம்ப்யூட்டரை வைரஸ் இல்லாப் பிரதேசமாக வைத்துள்ளனவா?

முதலில் கம்ப்யூட்டர் வைரஸ் என்றால் என்னவென்று தெரிந்து கொள்வோம். இவை மால்வேர் குடும்பத்தைச் சேர்ந்தவை. மால்வேர் என்றால் மெலீசியஸ் சாப்ட்வேர். தீமை செய்யும் சாப்ட்வேர்கள். கெட்ட சாப்ட்வேர்கள். அழையா விருந்தாளிகள். உங்களின் பார்வைக்கு வராமலேயே, உத்தரவின்றி உள்ளே வந்த உத்தமர்கள்.

'எங்கிருந்து? எப்படி' வருகின்றன இந்த வைரஸ்கள்? இவ்விஷயத்தில் முதன்மைக் குற்றவாளி இண்டர்நெட் தான். ஆதி காலத்தில் ஃப்ளாப்பி டிஸ்க்குகள் மூலம் வைரஸ்கள் பரவி வந்தன. பின்னர் அந்த இடத்தைப் பிடித்துக் கொண்டன சி.டிக்கள். இணையம் பரவலான பின், அதன் மூலமே வைரஸ்களின் வரத்து அதிகமாய் உள்ளது.

எவரும் வேண்டுமென்றே வைரஸ் ஃபைல் ஒன்றை இணையத்திலிருந்து டவுன்லோட் செய்யப் போவதில்லை. நாம் டவுன்லோட் செய்யும் பிற பைல்களுடன் வந்துசேரும் ஒட்டுண்ணிகள்தான் இவ்வைரஸ்கள்.

கிராக் சாப்ட்வேர்கள் எனப்படும் போலியான பைரைட்டட் சாப்ட்வேர்களை டவுன்லோட் செய்வதன் மூலமும் வைரஸ்கள் உங்கள் கம்ப்யூட்டரை வந்தடையும் வாய்ப்புகள் அதிகம். சந்தேகத்திற்குரிய எந்தவொரு வலைத்தளத்திலிருந்தும் பைல்களை டவுன்லோட் செய்யாமல் இருத்தல் நலம். இவ்வகைத் தளங்களுக்குச் செல்லாமல் இருப்பதே உத்தமம்.

ஆன்ட்டி வைரஸ் என்பவை பாதுகாப்பு சாப்ட்வேர்கள். இவை நமது கம்ப்யூட்டரில் உள்ள பைல்களை ஆராய்கின்றன. நல்லவை என்றும், ஆபத்தானவை என்றும் தரம் பிரிக்கின்றன. அப்படிப் பிரித்த பின்னர் மூன்று விதமான நடவடிக்கைகளை மேற்கொள்கின்றன:

வைரஸ் தாக்கிய பைல்களை இருந்த தடம் தெரியாமல் அழித்து விடுவது. அழிக்க முடியாத பைல்களை குவாரண்டைன் செய்வது. கோவிட் காலம் கண் முன் வந்து போகிறதா?

பைல்களை குணப்படுத்துவது. வைரஸ்கள் பைல்களில் உள்ள ஒட்டுண்ணிகள். ஆன்ட்டி வைரஸ் சாப்ட்வேர்கள், வைரஸை மட்டும் தனியாகப் பிரித்தெடுத்து விடுகின்றன. இது ஒரு அறுவை சிகிச்சைபோல. சில நேரங்களில் அறுவை சிகிச்சை விபரீதமாகவும் முடியலாம்.

மேலே சொன்னது நோய் வந்தபின்னர் மருந்து கொடுப்பது போல. இதனினும் சிறப்பு வருமுன் காக்கும் முன்னெச்சரிக்கை நடவடிக்கை. நல்ல ஆன்ட்டி வைரஸ் என்பது இணையத்திலிருந்து உங்கள் கம்ப்யூட்டருக்குள் நுழையும் எல்லாவிதமான டேட்டாக்களையும் ஸ்கேன் செய்யும். இது ஒரு வாயிற்காப்போன் போல. யார் உள்ளே? யாரெல்லாம் வெளியே என்று தீர்மானித்துவிடும்.

இப்போதெல்லாம் விண்டோஸ் ஆபபரேட்டிங் சிஸ்டம் ஒரு சொந்த ஆன்ட்டி வைரஸ் சாப்ட்வேருடனேயே வருகிறது. இது தவிர மார்கெட்டில் (https://www.tomsguide.com/us/best-antivirus,review-2588.html) நிறைய ஆன்ட்டி வைரஸ் சாப்ட்வேர்கள் கிடைக்கின்றன.

ஆன்ட்டி வைரஸ் சாப்ட்வேர்களைப் பொறுத்தவரை நாம் கட்டாயம் கடைப்பிடிக்க வேண்டிய சில நடமுறைகள் உள்ளன.

சிலர் ஆன்ட்டி வைரஸ் சாப்ட்வேர் ஒன்றை இன்ஸ்டால் செய்து விடுவார்கள். ஆனால் அவற்றை அப்டேட் செய்வதைப் பற்றிக் கண்டுகொள்ளவே மாட்டார்கள். இது ஆபத்தானது. எல்லாச் சாப்ட்வேர்களிலும் அப்டேட் தேவைதான். ஆன்ட்டி வைரஸ் சாப்ட்வேர்களைப் பொறுத்தவரை அப்டேட்தான் பிரதானம். ஆன்ட்டி வைரஸ் சாப்ட்வேர்கள் அவற்றிற்கெனப் பிரத்தியேகமாக வைரஸ் டேட்டா பேஸ் ஒன்றை வைத்திருக்கும். தெரிந்த குற்றவாளிகளின் பட்டியல் போன்றது இது. அப்டேட் செய்யும்போது இந்தப் பட்டியலானது புதுப்பிக்கப்படும். எனவே ஆன்ட்டி வைரஸ் அப்டேட் அத்தியாவசியமான

ஒன்று. இல்லையென்றால் உங்கள் ஆன்ட்டி வைரஸ் “என்னது, இந்திரா காந்திய சுட்டுட்டாங்களா?” எனக் கற்காலத்திலேயே வாழ்ந்து கொண்டு இருக்கும்.

சில ஆன்ட்டி வைரஸ் சாப்ட்வேர்கள், உங்கள் கம்ப்யூட்டரில் உள்ள பைல்களை மட்டுமே ஸ்கேன் செய்யும் வசதி கொண்டிருக்கும். இணைய இணைப்புப் பாதுகாப்பு அம்சம் கொண்டிருக்காது. அது போன்ற ஆன்ட்டி வைரஸ் சாப்ட்வேர்களைத் தவிர்த்தல் நலம். ஏனென்றால் தொண்ணூறு சதவீதத்திற்கும் மேலான வைரஸ்கள் இணையம் வழியேதான் வருகின்றன.

எக்காரணம் கொண்டும் பைரைட்டட் ஆன்ட்டி வைரஸ் சாப்ட்வேர்களைப் பயன்படுத்தக் கூடாது. அவை உங்கள் கம்ப்யூட்டருக்குக் கட்டாயம் தீங்கு விளைவிக்கும்.

சிலநேரங்களில் ஆன்ட்டி வைரஸ் சாப்ட்வேர்கள் தங்களின் பணியைச் செய்து கொண்டிருக்கும்போது உங்கள் கம்ப்யூட்டர் ஸ்லோவாகலாம். திரைமறைவில் வேலை நடந்து கொண்டிருக்கிறது என்று புரிந்து கொள்ளுங்கள். சிலர் இது போன்ற சமயங்களில் ஆன்ட்டி வைரஸ் சாப்ட்வேர் ஸ்கேனிங்கை நிறுத்திவிடுகின்றனர். இது தவறு. இணைய இணைப்புள்ள ஒரு கம்ப்யூட்டரில் ஆன்ட்டி வைரஸ் என்பது ஒரு அடிப்படைத் தேவை போலாகிவிட்டது. எனவே எப்போதும் பாதுகாப்பு வளையத்துக்குள்ளேயே இருங்கள். ஆன்ட்டி வைரஸ் உங்களின் கம்ப்யூட்டரின் வேகத்தை மிகவும் குறைத்தால், வேறொரு ஆன்ட்டி வைரஸ் சாப்ட்வேரை முயன்று பாருங்கள்.

நீங்கள் ஏதோவொரு வலைத்தளத்தை அணுகும்போது, “இது டேஞ்சர்” என்று அலர்ட் வந்தால் அதை நிராகரிக்காதீர்கள். இணையப் பாதுகாப்பின் ஆகச் சிறந்த வழி முன்னெச்சரிக்கை மட்டுமே.

வைரஸ்கள் என்பவை கம்ப்யூட்டரை மட்டும் தாக்குபவை அல்ல. நமது ஸ்மாட்ஃபோன்களும் தாக்கப்படுகின்றன. இங்கும் ஆன்ட்டி வைரஸ் சாப்ட்வேர்கள் நமக்குப் பெரிதும் துணையாக இருக்கும்.

சமீபத்தில் (மே மாதத்தின் இறுதி வாரம்) கூட "டாம்" (Daam) என்றொரு வைரஸ் தனது திருப்பணியை வேகமாக ஆற்றியது. ஆண்ட்ராய்டு மொபைல் போன்களைத் தாக்கிய வைரஸ் இது. இந்திய அரசின் இணையப் பாதுகாப்பு ஏஜென்ஸி (Indian Computer Emergency Response Team (CERT-In) இதுகுறித்து ஒரு எச்சரிக்கையை வெளியிட்டிருந்தது. இந்த டாம் வைரஸ் உங்கள் ஃபோனில் உள்ள காண்டாக்ட் எண்களை எளிதில் களவாடும். பாஸ்வேர்ட்களை நோட்டமிட்டுத் திருடும். கால் ரெக்கார்டிங்குகளையும் கபளீகரம் செய்யவல்லது. உங்களுக்குத் தெரியாமல் உங்கள் ஸ்மார்ட்ஃபோனின் கேமராக்களை இயக்கும் திறன்மிக்கது. உங்களின் ஃபோனில் செக்யூரிட்டி அப்டேட் சரியாக இல்லையென்றால் இவையெல்லாம் எளிதில் நடக்கும்.

'டாம்' வைரஸ் மட்டுமல்ல மாதந்தோறும் புதிது புதிதாய் வைரஸ்கள் வந்த வண்ணமே உள்ளன. நாம்தான் நமது கம்ப்யூட்டரையும், ஸ்மார்ட் ஃபோனையும் பத்திரப்படுத்த வேண்டும். ஆன்ட்டி வைரஸ் சாப்ட்வேர்கள் நமது கம்ப்யூட்டருக்குப் போடும் டிஜிட்டல் வேக்ஸீன்கள். இவைதான் நமது கருவிகள் நலமுடன் செயலாற்றத் துணைபுரிகின்றன.

இணைய இணைப்பின் வேகம் பல மடங்கு அதிகரித்துள்ளது. இதுவே கூட வைரஸ்கள் வேகமாகப் பரவ ஒரு வாய்ப்பை ஏற்படுத்தித் தந்துள்ளது. ஆன்ட்டி வைரஸ் சாப்ட்வேர்களை முறையாகப் பயன்படுத்துவதன் மூலம் நமது டிஜிட்டல் கருவிகளைப் பாதுகாக்கலாம். நமது தகவல்களையும்.

ஆன்ட்டி வைரஸ்கள் இணையப் பயணத்தின் ஹெல்மெட் போன்றவை. ஹெல்மெட் அணிவோம். பாதுகாப்பாகப் பயணிப்போம்.

15. வேகத்தைக் காதலிப்போம்

வேகத்தின் மீதான மனித குலத்தின் கவர்ச்சி அலாதியானது. வேகமாக இருப்பவர்கள் பெரும்பாலானோரை ஈர்க்கும் வல்லமை கொண்டவர்களாக இருக்கின்றனர். வேகமாக இருப்பவையும் அவ்வாறே. 'எடுத்தது கண்டனர்; இற்றது கேட்டனர்' புகழ் ஸ்ரீராமன் முதல், இன்றைய ஐ.பி.எல். தல தோனி வரை அவர்தம் வேகம் நம்மையெல்லாம் வசீகரிக்கிறது.

வேகத்தின் மீதான நமது ஈர்ப்பின் சமகால உதாரணம் அதிவேக இண்டர்நெட் இணைப்பு. நமது அன்றாட வாழ்வின் வேகத்தை முடிவு செய்யும் முக்கியக் காரணிகளில் ஒன்றாகவே மாறியிருக்கிறது இணைய இணைப்பின் வேகம்.

யூடியூபில் வீடியோக்கள் பஃப்பர் ஆகி நின்று நின்று வருமென்பதை இன்றையக் குழந்தைகள் நம்பவே மறுக்கின்றனர். உணவு, உடை, இருப்பிடம் என்ற வரிசையில் வைக்கத் தகுந்ததாகியுள்ளது இணைய இணைப்பு. இதை மிகையென்று நீங்கள் எண்ணினால், "நாளைல இருந்து யூடியூப் வரவே வராதாம் பாப்பா" என்று ஏதேனும் ஒரு குழந்தையிடம் சொல்லிப் பாருங்கள்.

ஆதியில் டயல் அப் இணைப்பு தொடங்கி இன்றைய "பைபர் டு த ஹோம்" (Fibre To The Home: FTTH) வரை இணைய இணைப்பு, யுகங்கள் தோறும் வேறு வேறு அவதாரங்கள் எடுத்து வந்திருக்கின்றது.

இப்போதுதான் இரண்டு ஜி அலைக்கற்றை பற்றிப் பேசிக் கொண்டிருந்தது போலத் தோன்றுகின்றது. ஆனால் அதற்குள் நாம் ஐந்து ஜி யைக் கடந்து "ஆறு மனமே ஆறு" என ஆறாம் தலைமுறை இணைப்பைப் பற்றிப் பேசத் தொடங்கியிருக்கிறோம்.

அதிவேக இணைய இணைப்புதான் கோவிட் காலத்தில் நாம் பலரும் பணி செய்ய உதவியது. இன்றைக்கெல்லாம் நமது தினசரிச் செயல்கள் பலவும் இணைய இணைப்பை நம்பியே உள்ளன. நாம் ஆர்டர் செய்திருக்கும் பிரியாணியைக் கொண்டு வரும் அன்னதாதா எங்குள்ளார் என்பதைக்கூட நொடிக்கொரு முறை அப்டேட் செய்யும் வசதி வந்துள்ளது அதிவேக இண்டர்நெட் இணைப்பினால் தான்.

உங்கள் வீட்டில் வேகமானதொரு இணைய இணைப்பு உள்ளதென்று வைத்துக்கொள்ளுங்கள். அந்த இணைப்பின் வேகத்தை நீங்கள் முழுமையாகப் பயன்படுத்திக் கொள்ள என்னவெல்லாம் செய்யலாம்?

என்னவெல்லாம் செய்யலாம் என்பதைத் தெரிந்துகொள்ளும் முன்னர் ஒன்றைத் தெளிவுபடுத்தி விடுகிறேன். நீங்கள் பெற்றிருக்கும் இணைய இணைப்பின் வேக எல்லை என்று ஒன்றுள்ளது. அதனை உங்களுக்கு இண்டர்நெட் இணைப்பை வழங்கியிருக்கும் இண்டர்நெட் சர்வீஸ் ப்ரோவைடர் (ISP) நிறுவனம் ஏற்கனவே தீர்மானித்துள்ளது. அந்த எல்லையைத் தாண்டிய பயங்கரவாதமெல்லாம் செய்ய இயலாது. அந்த வேகத்தின் உச்சபட்ச எல்லையில் நின்று களமாடுவது எப்படியென்று தான் நான் இங்கு கூறப் போகிறேன்.

உங்கள் வீட்டில் நீங்கள் இணைய இணைப்பு ரௌட்டரை (Router) எங்கேனும் ஒரு மூலையில் பதுக்கி வைக்கக் கூடாது. நீங்கள் ரௌட்டருக்கு அருகில் இருக்கும்போது சிக்னல் சிறப்பானதாக இருக்கும். எனவே நீங்கள் ரௌட்டரை வைக்கும் இடத்தை எல்லா அறைகளுக்கும் சிக்னல் வருவது போலத் தேர்ந்தெடுங்கள். யாரை எங்கே வைப்பது என்று தெரிந்துகொண்டாலே பல பிரச்சனைகளும் தீர்ந்துவிடும்.

'எங்க வீடும் என் மனசு போல ரொம்பப் பெருசு. எங்க ரௌட்டர வச்சாலும் எல்லா எடத்துக்கும் சிக்னல் கெடைக்காது' என நீங்கள் கூறினால் அதற்கும் தீர்வுள்ளது. ரேஞ்ச் எக்ஸ்டென்டர் (Range Extender) உங்கள் பிரச்சனையைத் தீர்க்கும். வாங்கக்கூடிய விலை தான். ஈ-காமர்ஸ் தளங்களில் தேடி உங்களின் ரௌட்டருக்கு ஏற்றதொரு எக்ஸ்டென்டரை வாங்குங்கள். அதைச் சரியான இடத்தில் வைக்க மறந்து விடாதீர்கள்.

இயன்றவரை நெட்வொர்க் கேபிள் மூலமாக இணைப்பைப் பயன்படுத்துவது உசிதம். தங்குதடையற்ற வேகத்திற்கும் இது உதவியாக இருக்கும்.

கேபிள்கள் சிறப்புத்தான். ஆனால் இலங்கைக்குச் சென்ற ஆஞ்சநேயர் வால் போல் அவை அதிநீளமாக இல்லாததாகப் பார்த்துக் கொள்ளுங்கள்.

திடீரென்று உங்கள் இணைய இணைப்பு ஸ்லோவாகிவிட்டது. என்ன செய்யலாம்? முதலில் ஐ.எஸ்.பி.யைத் தொடர்பு கொள்ளுங்கள். 'எங்க சைடுல எல்லாமே பெர்ஃபெக்ட்டா இருக்கே சார்' அவர்களின் பதில். இப்போது நீங்கள் முதலில் செய்ய வேண்டியது ரௌட்டரை ஆஃப் செய்து ஆன் செய்வது. டிஜிட்டல் உலகத்தின் சர்வரோக நிவாரணி இந்த 'ரீ ஸ்டார்ட்' (Restart)தான்.

உங்களின் நெட்வொர்க் மற்றும் ரௌட்டரின் டிரைவர்களை அப்டேட் செய்ய மறக்காதீர்கள். இது உங்களின் நெட்வொர்க் பாதுகாப்பாகச் செயல்படவும் உறுதுணையாக இருக்கும்.

நீங்கள் பயன்படுத்தும் வெப் ப்ரவுசர்கூட இணைய இணைப்பின் வேகத்தைக் குறைக்கலாம். தேவையற்ற ப்ரவுசர் எக்ஸ்டென்ஷன்களைத் தூக்கி விடுங்கள்.

இண்டர்நெட் ஹிஸ்டரி பைல்களையும் சீரான இடைவெளியில் சுத்தம் செய்யுங்கள். தேவையற்றவற்றை அழித்து விடுங்கள். எது தேவையில்லாத ஆணி என்று தெரியவில்லையென்றால் வரலாற்றை மொத்தமாகக் கிளியர் செய்து விடவும். பாரம் சுமக்கும் உங்களின் வெப் ப்ரவுசர் இலகுவாக உணரும். இளைப்பாறுதல் தந்த உங்களுக்கு நன்றி சொல்லி வேகமாக ஓடும்.

உங்கள் வீட்டின் வைஃபையுடன் இணைந்திருக்கும் தேவையற்ற கருவிகளை நீக்குங்கள். சில கருவிகள் உங்களிடம் சொல்லாமலேயே வெளியுலகத்துடன் பேசிக்கொண்டே இருக்கும். இது தேவை இல்லாமல் பேண்ட்விட்த்தை (bandwidth) பயன்படுத்துவதனால் தேவையான டேட்டாக்களுக்கு இடம் இல்லாமல் நெருக்கடி ஏற்படும். டிராஃபிக் ஜாமானது போல் எல்லாமே சிக்கித் தவிக்கும்.

உங்களின் கம்ப்யூட்டரிலேயே பயனற்ற முறையில் பின்னணியில் ஓடிக் கொண்டிருக்கும் சாப்ட்வேர்களைக் கண்டறிந்து களையெடுத்து விடுங்கள்.

இவ்வளவும் செய்தும் உங்களின் இணைய இணைப்பு மெதுவாகத் தான் உள்ளதென்றால் நீங்கள் செய்யக் கூடியவை இரண்டே:

உங்களின் ஐ.எஸ்.பி.யிடம் பேசி அடுத்தகட்ட இணைப்பு வேகத்திற்கு அப்டேட் ஆகுங்கள். உங்களின் ரௌட்டர் மிகவும் பழையதாகியிருந்தால் அதையும் மாற்றி விடுங்கள்.

டிஜிட்டல் டிவைட் என ஒன்றுள்ளது. முன்பெல்லாம் இணைய இணைப்பு உள்ளோர், இல்லாதோர் எனப் பிரித்திருந்தார்கள். ஆனால் இப்போது வேகமான இணைப்புள்ளோர், மெதுவான இணைப்புள்ளோர் என அது மாறி வருகிறது.

வேகம்தான் இன்றைய டிஜிட்டல் வாழ்வில் வண்ணம் சேர்ப்பதாக உள்ளது. இல்லையென்றால் ஈஸ்ட்மேன் கலரோ அல்லது கருப்பு வெள்ளையோ தான். வண்ணமிகு உலகத்தில் வாழ உங்களின் இணைய இணைப்பை வேகமானதாக வைத்துக்கொள்ளுங்கள்.

பெரும்பாலான சமயங்கள் கடவுளை ஒளி வடிவானதாக ஒப்புக் கொள்கின்றன. ஒளியின் வேகத்தை மிஞ்சும் வேறொன்றில்லை என்பதனால் தானோ?. இன்றைய நவீன டிஜிட்டல் உலகில் வேகம் தான் வேதம்.

சாலையில்தான் மித வேகம் மிகநன்று. இணையப் பெருவெளியில் மிக வேகமே மிக நன்று.

16. வெங்காயமா? வேண்டவே வேண்டாம்

கூகுளில் தேட முடியாத வெப்சைட்கள் உண்டென்றால் நம்புவீர்களா? ஒன்றல்ல, இரண்டல்ல.... நிறையவே இருக்கின்றன. மேம்போக்காகப் பார்த்தால் இண்டர்நெட்டில் இருக்கும் தகவல்கள் அனைத்தையுமே நாம் கூகுள் போன்ற தேடுபொறிகளைக் கொண்டு எளிதாக எட்டிவிடலாம் என்று தான் தோன்றும். ஆனால் உண்மை இதற்கு மாறானது.

இண்டர்நெட் ஒரு பெருங்கடல். நாம் எளிதில் கற்பனை செய்து பார்க்க இயலாத அளவினதான தகவல் பெருங்கடல். மேலோட்டமாய் நாம் தேடும் இண்டர்நெட் இக்கடற்பரப்பில் எழுந்து வரும் அலைகள் மட்டுமே. இது தவிரவும் இப்பெருங்கடலின் ஆழத்தில் இருப்பன எண்ணிலடங்கா. அவற்றுள் முத்துக்களும் உண்டு. அசந்தால் ஆளையே கொல்லும் பெரும் திமிங்கிலங்களும்.

பொதுவாக நாம் இணையம் என்று கூறிவிடுகிறோம். ஆனால் இதனுள் மூன்று பெரும் அடுக்குகள் உள்ளன. அவையாவன:

1. சர்ஃபேஸ் வெப் (Surface Web - மேலோட்டமான இணையம்)

2. டீப் வெப் (Deep Web - ஆழ் இணையம்)

3. டார்க் வெப் (Dark Web - கரும் இணையம்)

சர்ஃபேஸ் வெப் என்பது எல்லோரும் எளிதில் அணுகும் இணைய அடுக்கு. பொதுவான தகவல்களைக் கொண்டது. உதாரணமாக விக்கிபீடியா. இதில் உள்ள தகவல்களை எந்தச் சிரமமுமின்றி யார் வேண்டுமானாலும் பெறலாம். இவ்வாறு இருக்கும் வலைப்பக்கங்களையே கூகுள் போன்ற தேடுபொறிகள் தங்களின் தேடற் களஞ்சியத்தில் சேமிக்கின்றன. அதிலிருந்துதான் தேடவும் செய்கின்றன.

சர்ஃபேஸ் வெப் என்பது இணையப் பக்கங்களின் எண்ணிக்கையில் வெறும் நான்கு சதவீதம் மட்டுமே. அதாவது ஒட்டுமொத்த இணையத்தில், நாம் மேலகதிகத் தேவைகள் எதுவுமே இல்லாமல் நேரடியாக அணுக முடியக் கூடியவை இவை மட்டுமே.

இந்த சர்ஃபேஸ் வெப்பிற்குக் கீழே அடுத்த லேயராக உள்ளது தான் ‘டீப் வெப்’ எனப்படும் ஆழ் இணையம். இவற்றுள் உள்ளவற்றை தேடுபொறிகள் மூலம் தேடவியலாது. உதாரணமாக உங்களின் ஈ-மெயில் இன்பாக்ஸ். நீங்கள் என்னதான் வளைத்து வளைத்துத் தேடினாலும் உங்கள் இன்பாக்ஸின் கண்டென்ட்டுகள் தேடுபொறியில் வராது. வரவும் கூடாது. உங்கள் இன்பாக்ஸை தேடுபொறிகள் மூலம் தேடலாம் என்றிருந்தால் என்னவாகும் என்று கற்பனை செய்து பாருங்கள்.

உங்கள் இன்பாக்ஸ் போக, பேமெண்ட் கேட்வேக்களுக்கு உள்ளிருக்கும் எல்லாமே டீப் வெப்பிற்கு உட்பட்டது. இவற்றை யார் வேண்டுமானாலும் அணுக இயலாது. உரிய பயனாளர்கள் மட்டும் யூஸர் நேம் மற்றும் பாஸ்வேர்ட்கள் கொடுத்து அணுக வேண்டும். இன்றைய இணையத்தின் தொண்ணூறு சதவீதம் இந்த டீப் வெப் என்னும் லேயரிலேயே உள்ளது. உங்களது சோஷியல் மீடியா அக்கவுண்ட்கள், இணையதள வங்கிச் சேவைகள் போன்றவை டீப் வெப்பில் தான் உள்ளன.

இந்த டீப் வெப்பிற்கும் அடியில் இன்னொரு லேயர் உள்ளது. அதுதான் டார்க் வெப். கரும் இணையம். இது மிகவும் ரகசியமானது. ஆழ் கடலின் அடியில் மறைந்திருக்கும் ஆபத்தான குகைகள் போன்றது.

டார்க் வெப் எளிதில் அணுக முடியா வண்ணம் வடிவமைக்கப் பட்டுள்ளது. முதலில் சொன்ன சர்ஃபேஸ் வெப்பை அணுக ஏதேனும் ஒரு வெப் ப்ரவுசர் மட்டும் இருந்தால் போதும். அடுத்த லேயரான டீப் வெப்பை அணுக ப்ரவுசருடன் கூடுதலாக யூஸர் நேம் மற்றும் பாஸ்வேர்ட் போன்றவை தேவை. மூன்றாவதாகவுள்ள டார்க் வெப்பை அணுக பிரத்தியேகமாக வடிவமைக்கப்பட்ட ப்ரவுசர்கள் தேவை.

டார்க் வெப் பெரும்பாலும் சட்டத்திற்குப் புறம்பான செயல்கள் நிறைந்த இடமாகவே உள்ளது. இக்கட்டுரையின் நோக்கம் உங்களை டார்க் வெப் பயன்படுத்தத் தூண்டுவது அல்ல. மாறாக டார்க் வெப் பற்றி அறிந்து கொள்வதன் மூலம் அதைப் பயன்படுத்தி நிகழும் சைபர் குற்றங்களில் நீங்கள் மாட்டிக் கொள்ளாமல் இருக்கலாம்.

நாம் பயன்படுத்தும் சர்ஃபேஸ் வெப் மற்றும் டீப் வெப்பில் உங்களைப் பற்றிய அடையாளங்களை முற்றிலுமாக மறைக்க இயலாது. ஆனால் டார்க் வெப் இந்த 'அனானிமிட்டி' என்ற வசதியைத் தருகிறது. இதனாலேயே சட்டத்தை மீறுபவர்களால் டார்க் வெப் அதிகமாகப் பயன்படுத்தப்படுகிறது.

டார்க் வெப் புலனாய்வு நோக்கிலும் உதவுகிறது. டார்க் வெப்பில் சென்சார்ஸிப் எனப்படும் தகவல் தணிக்கை கிடையாது. எனவே எதை வேண்டுமானாலும் வைத்துக் கொள்ளலாம். என்ன வேண்டுமானலும் செய்யலாம் என்ற சூழல் உள்ளது.

டார்க் வெப்பை அணுக பிரத்தியேகமான ப்ரவுசர்கள் உள்ளன. அவற்றுள் முக்கியமானது டார் (Tor) ப்ரவுசர். சாதாரணமாக நாம் பயன்படுத்தும் வலைத்தள முகவரிகள் .com, .info, .net என முடியும். ஆனால் டார்க் வெப் வலைத்தள முகவரிகள் ".onion" என முடியும்.

உங்களுக்கு ஒருவர் .onion என முடியும் ஒரு முகவரியைக் கொடுக்கிறார். டார் மூலம் திறக்கச் சொல்கிறார். உஷாராகி விடுங்கள். ஓப்பன் செய்யாதீர்கள். பெரும்பாலான டார் முகவரிகள் ஆபத்தானவை. அவ்வாறான சைட்களை அணுகுவதால் நிறையச் சிக்கல்கள் ஏற்படலாம். நீங்கள்

இந்தத் துறை சார்ந்த வல்லுநர் இல்லையெனில் இவ்வாறான தளங்களை முற்றிலுமாகத் தவிர்த்தலே உத்தமம்.

டார்க் வெப் என்பது ப்ளாக் மார்க்கெட் போல. என்னதான் ஆஃபர் கொடுத்தாலும் ப்ளாக் மார்க்கெட்டில் பொருட்களை வாங்காமல் இருப்பதுதானே உசிதம். சிக்கிக் கொள்ளாதீர். டார்க் வெப்பில் நடக்கும் குற்றங்களில் முக்கியமான ஒன்று தகவல் திருடி விற்பது. யூஸர் நேம், பாஸ்வேர்ட்களை கிலோக் கணக்கில் சல்லிசாக விற்பார்கள். இதை வாங்கவும் உலகெங்கும் சங்கம் வைத்துச் சைபர் குற்றம் புரியும் கோஷ்டிகள் இருக்கின்றன.

இதை வாங்கி என்ன செய்யப் போகிறார்கள் என்று லேசாக நினைத்து விடாதீர்கள். உதாரணமாகப் பயனாளர் ஒருவரின் ஈ-மெயில் பாஸ்வேர்ட் கிடைக்கிறது என்று வைத்துக் கொள்ளுங்கள். ‘கிரெடன்சியல் ஸ்டஃப்பிங்’ என்றொரு அட்டாக் உள்ளது. உங்களின் ஒரு பாஸ்வேர்ட் மூலம் அதே மாதிரியாக நீங்கள் வேறு அக்கவுண்ட்டுகளுக்கு வைத்துள்ள பாஸ்வேர்டை கண்டறிவது. அதாவது நீங்கள் ஒரே மாதிரியான (ஒரே அல்ல) பாஸ்வேர்டை உங்கள் ஈ-மெயிலுக்கும், அலுவலக அக்கவுண்ட்டுக்கும் வைத்திருந்தால் நீங்கள்தான் டார்கெட். அதேபோலப் ‘பாஸ்வேர்ட் ஸ்ப்ரேயிங்’ என மற்றுமொரு அட்டாக் இருக்கிறது. இத்திருப்பணிகளை எல்லாம் டார்க் வெப்பில் இடையறாது செய்த வண்ணமே உள்ளனர்.

சமர்த்துப் பிள்ளையாக சர்ஃபேஸ் வெப் மற்றும் டீப் வெப்புடன் உங்களின் இணையத் திருவிளையாடல்களை நிறுத்திக் கொள்ளுங்கள். யாரும் கேட்டால், “இருட்டுன்னா எனக்கு ரொம்பவும் பயம்” எனக் கூறி டார்க் வெப் பக்கம் அடித்துக் கூப்பிட்டால்கூடச் சென்று விடாதீர்கள்.

17. மால்வேர் குடும்பத்தார்

"உங்க கம்ப்யூட்டர்ல வைரஸ் இருக்கா?" என்று யாராவது உங்களிடம் கேட்டால் என்ன சொல்வீர்கள். "தெரியலயேப்பா..." என்று நடிகர் திலகம் சிவாஜிகணேசன் பாணியில் சொல்லிவிடுவது தான் உசிதம். பொதுவாக நாம் வைரஸ் என்றொரு வார்த்தையைப் பயன்படுத்தி விடுகிறோம். ஆனால் வைரஸ் என்பது மால்வேர் குடும்பத்தின் ஒரு உறுப்பினர் மட்டுமே. மால்வேர் குடும்பம் மிகவும் பெரியது. இக்குடும்பத்தின் ஒவ்வோர் உறுப்பினரும் வேறுவேறு ரகம்.

மால்வேர் என்பது மெலிசியஸ் சாப்ட்வேர் என்பதன் சுருக்கம். அதாவது கெட்டெண்ணம் கொண்ட சாப்ட்வேர். வில்லன் சாப்ட்வேர். அழையா விருந்தாளி. உங்களுடைய கம்ப்யூட்டரிலேயே வாழ்ந்து கொண்டு உங்களுக்கே துரோகம் செய்யும் சாப்ட்வேர். நன்றி நயா பைசா அளவேனும் இல்லாதவை.

"மால்வேர் பத்தியெல்லாம் நான் ஏன்ப்பா தெரிஞ்சுக்கணும்?" என்று கேட்டால், கட்டாயம் தெரிந்து கொள்ள வேண்டும் என்றுதான் கூறுவேன். நம்மைச் சுற்றி நிகழ்ந்து கொண்டிருக்கும் ஒரு சிக்கல் குறித்து அறியாதிருப்பது பெரிய சிக்கலாகும். நிச்சயம் அது முட்டுச்சந்துக்கே இட்டுச் செல்லும். மால்வேர்

குடும்பத்தின் அங்கத்தினர் அனைவருமே நெகட்டிவ் கேரக்டர்கள் தான். ஒவ்வொருவரைப் பற்றியும் அறிந்து கொள்ளலாம்.

ரேன்சம்வேர் (Ransomware)

'ரேன்சம்வேர்' (Ransomware) என்பது மால்வேர் குடும்பத்தின் மிக முக்கிய அங்கம். ஒட்டுமொத்த சைபர் அட்டாக்குகளில் ரேன்சம்வேர் மட்டுமே இருபத்திமூன்று சதமானம் என்பதன் மூலம் இதன் கீர்த்தி விளங்கும்.

என்ன செய்யும் ரேன்சம்வேர்? உங்கள் கம்ப்யூட்டரை நீங்களே பயன்படுத்த முடியாமல் பூட்டுப் போடும். சாப்ட்வேர் பூட்டு. வழக்கம்போல உங்கள் கம்ப்யூட்டரில் லாக்-இன் செய்கின்றீர்கள். உள்ளே போகமாட்டேன் என்கின்றது. ஏதோவொரு திரை வருகிறது. அதில் மிரட்டல் தொனியில் சில குறிப்புகள். உங்கள் கம்ப்யூட்டரை லாக் செய்து விட்டோம். அன்லாக் செய்யப் பணம் கட்டுங்கள் என்கின்றனர். எளிதாகச் சொன்னால், முன்பெல்லாம் விமானத்தையோ குழந்தைகளையோ கடத்திச் சென்று காசு கேட்பார்கள். இப்போது உங்கள் கம்ப்யூட்டரில் உள்ள பைல்களைக் கடத்திக் காசு கேட்கின்றனர். கிரிப்டோ கரன்சிகளில் கட்டச் சொல்லுவதுண்டு.

"இப்படியெல்லாம் கூட நடக்குமா?" எனக்கேட்டால், நிறையவே நடந்துள்ளது. உலகெங்கும். 'வானா கிரை' (WannaCry) என்றொரு ரேன்சம்வேர் அட்டாக் மிகவும் பிரசித்தம். நான்கு பில்லியன் அமெரிக்க டாலர்கள் இழப்பை ஏற்படுத்தியது. மைக்ரோசாப்ட் விண்டோஸ் பயனாளர்களைக் குறிவைத்துத் தாக்கினார்கள். நூற்றைம்பதுக்கும் மேற்பட்ட நாடுகளில் சுமார் இரண்டரை லட்சம் பயனாளர்கள். பாதிக்கப்பட்டவர்களிடம் முன்னூறு முதல் அறுநூறு டாலர்கள் வரை வசூல் வேட்டை நடத்தினர். இன்றைக்கும்கூட வான்னா கிரை வலம் வந்து கொண்டு தான் இருக்கின்றது. அதை முறியடிக்கும் டீகிரிப்சன் கீகள் தற்போது உருவாக்கப்பட்டு விட்டன என்பதுதான் ஒரேயொரு ஆறுதலான விசயம்.

ரேன்சம்வேர் மிகவும் ஆபத்தானது. இந்த ஆண்டு ஜூன் இறுதி வாரத்தில்கூட, பாராசிட்டமால் தயாரிக்கும் இந்திய

மருந்து நிறுவனமொன்றின் மேல் நடந்துள்ள ரேன்சம்வேர் அட்டாக் பரபரப்பாகப் பேசப்பட்டு வருகிறது. அந்த மருந்து நிறுவனத்தின் ஒட்டுமொத்தத் தகவல் தொழில்நுட்ப அமைப்பே இந்த அட்டாக்கில் செயலிழந்துள்ளது என்கின்றனர். இங்கு மட்டுமல்ல, உலகெங்கும் நாள்தோறும், தொகை கேட்டு மிரட்டல் விடுக்கும் ரேன்சம்வேர் அட்டாக்குகள் அரங்கேறி வந்த வண்ணமே உள்ளன.

ஸ்பைவேர் (Spyware)

இவை ஒற்றன் மால்வேர். உங்களின் கம்ப்யூட்டரில் புறவாசல் வழியாகப் புகுந்து கொள்ளும். நீங்கள் என்னவெல்லாம் செய்கின்றீர்கள் என்பதை வைத்த கண் வாங்காமல் குறிப்பெடுக்கும். பின்னர் தனது எஜமானருக்கு இத்தகவல்களை அனுப்பி வைக்கும்.

கீலாகர்கள் (Keyloggers) என்பவை ஸ்பைவேர் வகையறா தான். இவை உங்களின் பாஸ்வேர்டைக் குறி வைக்கும் ஸ்பைவேர்கள். உங்களின் வெவ்வேறு பாஸ்வேர்ட்களை வேவு பார்த்துக் களவாடி அனுப்பவதில் இந்தக் கீலாகர்கள் கைதேர்ந்தவை.

'டார்க் ஹோட்டல்' என்றொரு ஸ்பைவேர். ஹோட்டல்களின் வை-ஃபை நெட்வொர்க் மூலம் பயனாளர்களின் கருவிகளில் புகுந்து கொள்ளும். 'அப்டேட்டட் சாப்ட்வேர் உள்ளது. தரவிறக்கிக் கொள்' என்று பாசமாய்ச் சொல்லும். நாமும், 'ஃப்ரீ வை-ஃபை தான... அப்டேட் அடிச்சி விடுவோம்' எனத் தொடர்ந்தால் ஒற்றன் வலையில் சிக்கி சின்னாபின்னமாவோம்.

ஆட்வேர் (Adware)

ஆட்வேர் என்பவை விளம்பரங்களின் மூலம் பரவும் மால்வேர். அட்வர்டைஸ்மென்ட் மால்வேர் என்பதன் சுருக்கமே ஆட்வேர். இவையும் நீங்கள் என்ன செய்கிறீர்கள் எனப் பார்த்துக்கொண்டே இருக்கும்.

ஸ்பைவேர் உங்கள் கம்ப்யூட்டரில் எதையாவது இன்ஸ்டால் செய்யும். பின்னரே அதனால் உங்களை வேவு பார்க்க இயலும். ஆனால் ஆட்வேர் அண்ணன் அப்படியல்ல. கில்லாடி. இன்ஸ்டாலேசன் எல்லாம் தேவையில்லை.

நீங்கள் என்னவெல்லாம் கிளிக் செய்கிறீர்கள், என்னென்ன பொருட்களை வாங்குகிறீர்கள் என நோட்டமடிக்கும். அதன் மூலம் உங்கள் ப்ரொபைலைத் தயார் செய்யும். பிறகென்ன, இதை விற்றுப் பிழைக்கும் கூட்டமொன்றும் உள்ளது.

"ஃபயர்பால்" (Fireball) என்றொரு ஆட்வேர். இருநூற்று ஐம்பது மில்லியன் கருவிகளைத் தாக்கியது. ஆட்வேர் கொஞ்சம் நல்ல தன்மை கொண்டது. உங்கள் பாஸ்வேர்டையெல்லாம் திருடாது.

ட்ரோஜன் (Trojan)

ட்ரோஜன் என்பது பசுத்தோல் போர்த்திய புலி. உங்களுக்கு நன்மை செய்யும் சாப்ட்வேர் போலவே வெளியில் தோற்றமளிக்கும். ஆனால் உள்ளுக்குள் உங்களுக்கெதிராகச் சதி செய்து கொண்டிருக்கும்.

உள்ளொன்று வைத்துப் புறமொன்று பேசுவார் தம் உறவு கலவாமை வேண்டுமென்பதை என்றென்றைக்கும் நினைவில் வைத்துக்கொள்ளுங்கள். ட்ரோஜன்கள் கம்ப்யூட்டர் கேம்ஸ்கள், செல்ஃபி மெறுகேற்றும் சாப்ட்வேர்கள் போன்ற பல்வேறு வடிவங்களில் ஒளிந்து கொண்டிருக்கலாம். விழிப்புடன் இருத்தல் அவசியம். இமோடெட் என்றொரு ட்ரோஜன் சில ஆண்டுகளுக்கு முன் பட்டையைக் கிளப்பியுள்ளது. பல்வேறு ஆன்ட்டி வைரஸ்களின் கண்களில் மண்ணைத் தூவி இமோடெட் ஏற்படுத்திய சேதாரங்கள் மிகவும் அதிகம்.

கடந்த ஆண்டு கூட "ஸோவா" (SOVA) என்ற மொபைல் பேங்கிங் ட்ரோஜன் இந்தியாவில் வேகமாகப் பரவியது. ஆண்ட்ராய்டுக் கருவிகளை மய்யப்படுத்திய தாக்குதல் இது. ஏற்கனவே அமெரிக்கா, ரஷ்யா மற்றும் ஸ்பெயின் போன்ற நாடுகளில் ஸோவா ரகளை செய்திருந்தது. இந்தியாவின் கம்ப்யூட்டர் எமெர்ஜென்ஸி ரெஸ்பான்ஸ் குழுவின் (CERT-In) சீரிய முயற்சியால் இத்தாக்குதல் முறியடிக்கப்பட்டது.

வார்ம்ஸ் (Worms)

வார்ம்ஸ் என்பது நெட்வொர்க்களைத் தாக்கும் மால்வேர். இவை இயங்குதளத்தில் உள்ள ஓட்டைகளைப் பயன்படுத்தி

தனது வேலையைத் துவங்கும். பிற மால்வேர் அட்டாக்குகளை நிகழ்த்திக் கொடுக்கும் திவ்விய சேவையையும் வார்ம்ஸ் செய்ய வல்லது. ஸ்டக்ஸ்நெட் (Stuxnet) என்று கூகுளில் தட்டிப் பாருங்கள். பல்வேறு நாடுகளின் உளவு அமைப்புகள் எவ்வாறு இதனைப் பயன்படுத்தியுள்ளன என்றறிருந்து கொள்ளலாம்.

ரூட்கிட் (Rootkit)

ரூட்கிட்கள் என்பவை தொலைதூரத்தில் இருந்தபடியே கம்ப்யூட்டரைக் கட்டுப்படுத்தும் மால்வேர். வேறொருவரின் கம்ப்யூட்டர் என்பதை நினைவில் கொள்க. அட்மினிஸ்ட்ரேட்டர் தகுதியுடன் மொத்தமாகக் கம்ப்யூட்டரை ஆட்டிப் படைக்க ரூட்கிட்டை உபயோகிக்கின்றனர்.

இன்னதெனெத் தெரியாத எந்தவொரு ஃபைலையும் டவுன்லோட் செய்யாதீர்கள். இவைகளின் மூலம் ரூட்கிட்கள் உங்களின் கம்ப்யூட்டருக்குள் புகுந்துகொள்ள முடியும்.

ஜஸின்லோ (Zacinlo) என்றொரு ரூட்கிட். விண்டோஸ் 10 கம்ப்யூட்டர்கள் மீது சர்ஜிக்கல் ஸ்ட்ரைக் நடத்தியது. இவை ஆப்பரேட்டிங் சிஸ்டத்துடன் செம்புலப் பெயல் நீர் போலக் கலந்துவிடும். இவற்றை இனம் கண்டறிதல் மிகவும் சிரமம். எனவே ரூட்கிட்கள் மிகவும் தொல்லை தருபவை.

பாட்நெட்ஸ் (BotNets)

பாட் என்பது கட்டளையைச் சிரமேற்கொண்டு செயல்படும் சாப்ட்வேர். இவற்றின் கூட்டமைப்பே பாட்நெட்ஸ். இவை ஒன்று கூடி ஒரு பெரிய நிறுவனத்தின் நெட்வொர்க்கையே முடக்கிவிடும் ஆற்றல் கொண்டவை. மிராய் ஐ.ஓ.டி(Mirai IoT) எனப்படும் பாட்நெட் இரண்டரை மில்லியன் கருவிகளைத் தாக்கிப் பெரும் சிக்கல்களை ஏற்படுத்தியது.

வைப்பர் மால்வேர் (Wiper Malware)

வைப்பர் மால்வேர் ஒரு ஸ்பெஷலிஸ்ட். இவற்றின் வேலை ஃபைல்களை அழித்துவிடுவது. ஒன்றிரண்டல்ல. மொத்தமாய்ப் பயனாளர்களின் தகவலைத் துடைத்தெடுத்துவிடுவதால் தான் இவை வைப்பர் எனப்படுகின்றன.

சென்றாண்டு உக்ரைன் கம்ப்யூட்டர்கள் மேல் பல்வேறு வைப்பர் அட்டாக்குகள் நடத்தப்பட்டுள்ளன. ஐசக் வைப்பர், ஹெர்மெடிக் வைப்பர், கேடி வைப்பர் போன்றவை மூலம் நிகழ்த்தப்பட்ட தாக்குதல்கள் அவை.

வைரஸ்கள்

மால்வேர் குடும்பத்தின் பேர் சொல்லும் பிள்ளைதான் வைரஸ். இவை ஓர் ஒட்டுண்ணி. தனியாகச் செயல்பட இயலாது. வேறொரு ஃபைலுடன் ஒட்டிக் கொள்ளும். பின்னர் தமது கெட்ட காரியங்களை அந்தப் ஃபைல்கள் மூலம் நிறைவேற்றிக் கொள்ளும். சில மால்வேர்களை நாம் ஒன்றுக்கும் மேற்பட்ட வகையிலும் குறிப்பிடலாம். உதாரணமாக ஏற்கனவே சொன்ன ஸ்டக்ஸ்நெட் என்பதை ஒரு வார்ம் ஆகவும், ரூட்கிட்டாகவும், வைரஸாகவும் கூறலாம்.

அனைத்து வகை மால்வேர்களும் டிஜிட்டல் உலகில் சேதமேற்படுத்தவே செய்கின்றன. அவை தாக்கும் விதம் வேறுபடுகின்றது. அவ்வளவு தான். ஒவ்வொன்றையும் கண்டறியும் மற்றும் முடக்கும் விதங்கள் வெவ்வேறானவை.

வடிவம் எவ்வாறிருந்தாலென்ன? தீமை தீமை தான். மால்வேர் குடும்பத்தாருடன் சகவாசம் வைத்துக்கொள்ளாதீர்கள்.

18. நூல் கொண்டு ஆடும் பொம்மை

“மீம் பாக்க இன்னோரு வசதி. அவ்வளவு தானேங்க...” என்று பளிச்சென்று கூறினார் அன்பர் ஒருவர். மெட்டாவின் த்ரெட்ஸ் குறித்த அவரது ஒட்டுமொத்த அபிப்பிராயம்தான் இது. ட்விட்டருக்குப் போட்டியாகக் களமிறக்கப்பட்டிருக்கும் த்ரெட்ஸ்தான் இப்போதைக்கு சோஷியல் மீடியாவின் பரபரப்பு. இலான் மஸ்க்கும் மார்க் ஜக்கர்பெர்க்கும்தான் இந்தச் சண்டைச் சேவல்களின் முதலாளிகள். ஆடுகளம் இப்போது சூடு பிடிக்கத் துவங்கியுள்ளது.

ஜூலை ஆறாம் தேதி அதிகாலையிலேயே டிஜிட்டல் பக்த கோடிகள் த்ரெட்ஸ்ஸின் வைகுந்த வாசல் திறப்புக்குக் காத்திருந்தனர். இன்ஸ்ட்டாகிராமில் இருப்பவர்களுக்கு ஒரு அதிவிரைவு தரிசன வழியை ஏற்படுத்தித் தந்திருந்தது மெட்டா. த்ரெட்ஸ் மற்றும் இன்ஸ்ட்டா இரண்டுமே அவர்களுடையது என்பதால்.

கொஞ்சம் முன்கதைச் சுருக்கம். இணையத்தில் சோஷியல் மீடியாத் தளங்களுக்குக் குறையொன்றுமில்லை. படம் காட்டுவோர்க்கு இன்ஸ்ட்டா, ஸ்னாப்சாட், பின்ட்ரஸ்ட். எனக்குக் கொஞ்சம் எழுதவும் வரும். ஆனாலும் படம், வீடியோவெல்லாம் போடுவேன் என்போர்க்கு ஃபேஸ்புக்.

சமத்துப் பிள்ளையாய் சட்டையை இன் பண்ணி அலுவலகம் செல்வோர்க்கும், அவ்வாறு போக ஒரு ஆஃபிஸ் இல்லையேயென வேலை தேடுவோர்க்கும் லின்க்டு இன். "நான் சொல்ல வந்தத நறுக்குன்னு சின்னதா சொல்லணும்" என்போர்க்கு ட்விட்டர். எனக்குத் தெரிஞ்சவங்ககிட்ட மட்டும் பேசிக்கிறேன் என்றிருப்போர்க்கு வாட்ஸ் ஆப்.

நம்மூரில் தடைசெய்யப்பட்ட டிக்டாக். "நல்லவேளை பாஸ்" என்போர் பலர். "மோசம் பாஸ், இப்டி அநியாயமா..." என்று மென்சோகம் காட்டுவோரின் சங்கமும் உண்டு. இதுபோக ட்விட்ச், டிஸ்கார்ட், மாஸ்ட்டொடான், கியூஜோன், ரெட்டிட், டம்ப்ளர் எனக் காமேஸ்வரன் கையிலிருந்த மளிகைக் கடை லிஸ்ட் போல நீள்கிறது சோஷியல் மீடியாவின் எண்ணிக்கை.

இதில் ஃபேஸ்புக்தான் பயனாளர்களின் எண்ணிக்கையில் முதலிடம். ஒவ்வொரு மாதமும் (MAU Monthly Active Users) சராசரியாக மூன்று பில்லியன் பயனாளர்கள். இந்திய ஜனத்தொகையைப் போல் கிட்டத்தட்ட இரண்டு மடங்கு. ஃபேஸ்புக்கும் மெட்டா நிறுவனத்துடையது தான். சரியாகச் சொன்னால் ஃபேஸ்புக் என்று ஆரம்பித்ததுதான் பின் ஆல் போல் தழைத்து, பல்கிப் பெருகி மெட்டா என்றாகியுள்ளது.

என்னதான் எண்ணிக்கையை வைத்து ஃபேஸ்புக் அலட்டிக் கொண்டாலும், 2K கிட்ஸ்களின் சாய்ஸ் இது கிடையாது. கொஞ்சம் கொஞ்சமாய் ஃபேஸ்புக் முதியோர் திண்ணைபோலத் தான் ஆகி வருகிறது.

ட்விட்டர்தான் பொதுவெளித் தகவல் பரிமாற்றத்தில் முன்னணியில் உள்ளது. உலகத் தலைவர்கள் பெரும்பாலானோர் ட்விட்டர் மூலம்தான் அதிகாரப் பூர்வமாகக் கருத்து தெரிவித்து வருகின்றனர். நாடுகளும், பெருநிறுவனங்களும் கூடக் கருத்துகளைப் பொதுவெளியில் தெரிவிக்க ட்விட்டரையே முதன்மையாக நாடுகின்றனர். சுருங்கச் சொன்னால் இப்போதைய ப்ரேக்கிங் நியூஸ் என்னவென்பதை ட்விட்டர் மூலம் எளிதில் அறியலாம்.

இலான் மஸ்க் ட்விட்டரை வாங்கிய பின்னர் அதிரடி காட்டினார். பணியாளர்களைக் கூட்டம் கூட்டமாய் வீட்டுக்கு

அனுப்பினார். ப்ளூ, க்ரே மற்றும் தங்க நிற டிக்குகளை அறிமுகப்படுத்தினார். பயனாளர்களுக்கு நித்தம் ஒரு புதுக் கட்டுப்பாடு என்ற ரீதியில் பயணித்து வருகிறது ட்விட்டர்.

இந்தப் பின்னணியில், மெட்டா நிறுவனம் அறிமுகப்படுத்தி யிருப்பது தான் த்ரெட்ஸ். ஏற்கனவே ட்விட்டருக்குப் போட்டியாக மாஸ்ட்டொடோன், ஹைவ், ப்ளூ ஸ்கை எனப் பல்வேறு தாக்குதல்கள் வந்தபோதும் அவையாவும் ட்விட்டரின் அசுரபலத்திற்கு ஈடுகட்ட முடியவில்லை.

மெட்டா, த்ரெட்ஸ்ஸை இன்ஸ்ட்டாவுடன் இணைத்திருப்பது ஒரு சிறப்பான உத்தி. பயனாளர்கள்தான் சோஷியல் மீடியாவின் பலம். என்னதான் தொழில்நுட்ப ரீதியில் சிறப்பாக இருப்பினும் பயனாளர்கள் இல்லையென்றால் பலனில்லை. இன்ஸ்ட்டாவில் ஏற்கனவே இருக்கும் பில்லியனைத் தாண்டிய பயனர் எண்ணிக்கை கைகொடுக்கும் என மெட்டா த்ரெட்ஸ்ஸை இன்ஸ்ட்டாவுடன் இணைத்துள்ளது.

இந்த உத்தியானது பயனளித்துள்ளது என்றுதான் சொல்ல வேண்டும். முதல் நாளிலியே முப்பது மில்லியன் பயனாளர்களை ஈர்த்துள்ளது த்ரெட்ஸ். அடுத்த இருபத்து நான்கு மணி நேரத்திற்குள் எழுபது மில்லியன் இலக்கைத் தொட்டது. விஸ்வரூப வளர்ச்சி தான்.

த்ரெட்ஸ் செயலியைத் தரவிறக்கம் செய்து சில நொடிகளிலேயே ஆக்டிவேட் செய்துவிடலாம். ப்ரைவேட், பப்ளிக் என இரண்டு விதமான கணக்குகளை வைத்துள்ளது த்ரெட்ஸ். பதினாறு வயதிற்குட்பட்டோர்க்கு (சில நாடுகளில் பதினெட்டு) ப்ரைவேட் கணக்கு துவங்க மட்டுமே அனுமதிக்கப்படுகிறது.

ட்விட்டர் தரும் வசதிகளை நாங்களும் தருவோம். அத்துடன் கூடுதல் வசதிகளும் உண்டென த்ரெட்ஸ் அடித்து ஆடுகிறது. டுவிட்டரில் இருநூற்று எண்பது எழுத்துகள். த்ரெட்ஸ்ஸில் ஐநூறு. படங்களை அப்லோட் செய்யலாம்.

டுவிட்டர் அனுமதிக்கும் அதிகபட்ச வீடியோ நீளம் நூற்று நாற்பது விநாடிகள் (கட்டணம் செலுத்தாத பயனாளர்களுக்கு). த்ரெட்ஸ் முந்நூறு விநாடிகள் (ஐந்து நிமிடங்கள்) வரை அனுமதிக்கிறது. இப்போதைக்கு த்ரெட்ஸ்ஸில் எந்தவொரு

டிக்கும் கிடையாது. கட்டணம் எதுவும் வசூலிக்கப்படுவதில்லை. விளம்பரங்களும் இல்லை. பின்னாளில் நிச்சயம் வருமென்று எதிர்பார்க்கலாம்.

ப்ரைவஸியைப் பொறுத்தவரையில் த்ரெட்ஸ் நிறையத் தகவல்களைச் சேகரிப்பதாக விமரிசனம் எழுந்துள்ளது. இது ட்விட்டரை விட அதிகம் என்கிறார்கள். இந்தத் தகவல் சேகரிப்புச் சிக்கலால் ஐரோப்பிய யூனியனில் த்ரெட்ஸ் ரிலீஸ் செய்வதில் சிக்கல்கள் எழுந்துள்ளன. ஏற்கனவே, ஐரோப்பிய யூனியன் பயனாளர்களின் தகவல்களை அமெரிக்காவிற்கு அனுப்பிய பஞ்சாயத்தில் ஃபேஸ்புக்கிற்கு அபராதம் விதிக்கப்பட்டுள்ளது. கொஞ்சநஞ்சமல்ல. 1.2 பில்லியன் அமெரிக்க டாலர்கள். இந்திய ரூபாயில் 99,21,21,60,000 இவ்வளவாம்.

இன்னும் ஒரு சிக்கல் உள்ளது. நீங்கள் ஒரு த்ரெட்ஸ் கணக்கைத் துவங்கி விட்டீர்கள். ஆனால் உங்களுக்குப் பிடிக்கவில்லை. வேண்டாம் இந்தக் கணக்கை அழித்துவிடுவோம் என்று நினைத்தால் அங்கேதான் ஒரு நூலில் ஒரு முடிச்சுப் போட்டு வைத்துள்ளார்கள். த்ரெட்ஸ் கணக்கை அழிக்க நீங்கள் உங்களின் இன்ஸ்ட்டா கணக்கையும் சேர்த்து அழிக்க வேண்டும். இறுக்கமான முடிச்சுத்தான். நீங்கள் இன்ஸ்ட்டாவில் மிகவும் ஆக்டிவ் என்றால் இது ஒரு பெரும் சிக்கல். சரி இருந்துவிட்டுப் போகட்டும் என்றே முடிவெடுக்கும் நிலை வரும்.

த்ரெட்ஸ் லோகோவை வைத்து நம்மாட்கள் பட்டிமன்றம் நடத்திக் கொண்டிருக்கின்றனர். ஒரு சாரார் இது தமிழ் எழுத்து "கு" போலுள்ளது என்கின்றனர். மற்றொரு சாரார் இது மலையாள எழுத்து "த்ர" வின் வடிவம் என்கின்றார்கள். "அதெல்லாம் இல்ல பாஸ்.. இன்ஸ்ட்டாவோட லோகோவத் தான் ஸ்டைலா போட்ருங்காங்க" இப்படி ஒரு குரூப். இல்லை. இல்லை. இது @ சிம்பளின் உருமாற்றம்தான் என்று அடித்துச் சொல்கிறது ஒரு அணி.

எது எப்படியோ... இந்த லோகோ பெயருக்கேற்றார்ப்போல் நூலிழை போலத்தான் தெரிகிறது. லோகோவின் வேலை கவனத்தைக் கவர்வது. இவ்வளவு பேர்களைப் பேசவைத்ததன்

மூலம் அந்த வேலையைக் கச்சிதமாகச் செய்யுள்ளது த்ரெட்ஸ் லோகோ. இதற்காக மார்க்குக்கு நூறு மார்க்.

த்ரெட்ஸ்ஸை 'ட்விட்டர் கொல்லி' என மேற்கத்திய ஊடகங்கள் வர்ணிக்க ஆரம்பித்துவிட்டன. சும்மா விடுவாரா இலான்.? எங்களின் ட்விட்டரை ஈயடிச்சான் காப்பி அடித்துள்ளீர்கள். எங்கள் ட்விட்டர் டீமில் முன்பு வேலை செய்த பொறியாளர்களை வைத்து தொழில் ரகசியங்களைத் திருடி விட்டீர்கள் என வக்கீல் நோட்டீஸ் அனுப்பியுள்ளது ட்விட்டர். "அதெல்லாம் கெடையாது. நாங்களே சொந்தமா யோசிச்சு செஞ்சது" என உடனடியாகப் பதிலளித்துள்ளது த்ரெட்ஸ். த்ரெட்ஸ், ட்விட்டர் மாதிரியே இருந்தாலும் ட்விட்டரிலுள்ள சில அம்சங்கள் இல்லை. த்ரெட்ஸ்ஸில் ஹேஸ் டேகுகள் (Hash Tags) கிடையாதாம். இப்போதைக்கு உலகம் என்ன பேசிக்கொண்டிருக்கிறது எனக் காட்டும் 'ட்ரெண்டிங்' த்ரெட்ஸ்ஸில் இல்லை.

த்ரெட்ஸ் லைக் எண்ணிக்கையை மறைக்கும் (Hide Like Count) வசதியைத் தருகிறது. இதைத் தேர்ந்தெடுத்து விட்டால் எத்தனை லைக்ஸ் என்று காட்டாது. கன்டென்ட்தான் முக்கியமே தவிர லைக்ஸ் அல்ல என்கிறது த்ரெட்ஸ். லைக்குகள் பயனாளர்களின் கவனம் கன்டென்ட் மேல் இல்லாமல் இந்த எண்ணிக்கை மேல் இருக்குமாறு செய்துவிடுகிறது. எனவே இதை மறைக்கும் ஆப்ஷனைக் கொடுத்துள்ளோம் என்கிறது த்ரெட்ஸ். இந்த வசதி இன்ஸ்ட்டாவிலும் இருக்கிறது. இது ஆப்ஷனல் தான்.

சமீபத்தில் ட்விட்டர் புக்மார்க் மற்றும் வ்யூ கவுண்ட்களை அறிமுகப்படுத்தியது. இதன் எதிர்துருவச் சிந்தாந்தமே த்ரெட்ஸ் லைக் எண்ணிக்கையைக் கூட மறைக்கும் வசதியைத் தருவது என்கிறார்கள். த்ரெட்ஸ்ஸின் அடிப்படை சிந்தாந்தம் "நட்பும் கருணையும்" தான் என நம்மூர் கார்ப்பரேட் குருஜீக்கள் போலப் பொழிந்துள்ளது மெட்டா. இதை எதிர்த்தும் "உங்களப் பத்தி எங்களுக்குத் தெரியாதா?" என ஒரு கோஷ்டி கம்பு சுத்தத் தொடங்கியிருக்கிறது.

முன்னொரு முறை 'வாட்ஸ் ஆப்காரன் தகவல் எல்லாம் எடுத்துக்கிறானாம்' எனத் திடீரென விழித்துக் கொண்டனர்

நம்மாட்கள். இனி வாட்ஸ் ஆப் வேண்டாம். இதோ சிக்னல் இருக்கிறது. கூட்டம் கூட்டமாய், பைந்நாகப் பாய் சுருட்டி சிக்னலுக்கு மாறியது ஊர். ஒரு வாரம் கூடத் தாங்கவில்லை. 'பரவாயில்ல வாட்ஸ் ஆப்பே இருக்கட்டும்' என மீண்டும் தாயகம் திரும்பினர்.

புதிய ஆப்ஷன் ஒன்று வரும்போது முதல் சில நாட்களுக்குக் கூட்டம் அள்ளும். ஆனால் வந்த கூட்டமெல்லாம் தங்குமா என்பது செயலின் செயல்பாட்டைப் பொருத்தது. த்ரெட்ஸ் ஓப்பனிங் பவர்பிளேயில் சிக்ஸர் மழை பொழிந்துள்ளது. விக்கெட்டைப் பறிகொடுக்காமல் தொடர்ந்து ஆடுமா என்று பொறுத்திருந்துதான் பார்க்க வேண்டும்.

மொத்தத்தில் சோஷியல் மீடியா என்பதே நமது நேரத்தை முதலீடாகக் கொண்டது தான். ட்விட்டரோ, த்ரெட்ஸ்ஸோ மூக்கணாங்கயிறு நம்மிடம் இருக்குமாறு பார்த்துக் கொள்வது நலம். அவர்கள் கையில் நாம் சிக்கிக் கொண்டால் பின் பொம்மலாட்டம் தான். நூல் கொண்டு ஆடும் பொம்மையாய் நாம் மாறி விட்டால், நந்தலாலா தாம் நம்மைக் காப்பாற்ற வேண்டும். சின்னச் சின்ன நூல் கண்டுக்குள் சிறைப்படாமல் இருப்போம்.

19. அர்த்தநாரி கம்ப்யூட்டர்கள்

ராக்கெட் அறிவியல், நியூரோ சயின்ஸ், குவாண்டம் தியரி இவையாவும் கடினமானவை. அதேவேளையில் மிகவும் பயன் மிக்கவை. கடினமானதும் பயன்மிக்கதுமாக இருப்பவையே அறிவியலாளர்களின் விருப்பத் தேர்வு.

இந்த வரிசையில் குவாண்டம் கம்ப்யூட்டர்களும் நிச்சயம் உண்டு. சமீபத்தில் கூகுள் நிறுவனம் வெளியிட்ட ஆய்வு முடிவுகள் குவாண்டம் கம்ப்யூட்டர்களை மீண்டும் பேசு பொருளாக்கியுள்ளன.

கூகுளின் குவாண்டம் கம்ப்யூட்டர் அதிவிரைவானது. எவ்வளவு வேகம் என்றால் கற்பனைக்கெட்டாத வேகம். இன்றைய அதிநவீன சூப்பர் கம்ப்யூட்டர்கள் நாற்பத்து ஏழு வருடங்கள் எடுத்துக் கொள்ளும் வேலையொன்றை இந்தக் குவாண்டம் கம்ப்யூட்டர் சில வினாடிகளிலேயே முடித்துவிடும் என்கிறது கூகுள்.

இன்று ஒரு பணியைச் சூப்பர் கம்ப்யூட்டரிடம் ஒப்படைக்கி றீர்கள். அது உங்களிடம் "இன்று போய் இரண்டாயிரத்து எழுபதாம் ஆண்டில் வருக" என்று பவ்வியமாய்ச் சொல்லி வைக்கும். ஆனால் அதே பணியைக் கூகுளின் குவாண்டம் கம்ப்யூட்டர் நீங்கள் என்டர் தட்டி முடித்து விரலை எடுக்கும் முன்னமே முடித்துவிடும்.

நம்ப முடியவில்லைதானே? அது தான் குவாண்டம் கம்ப்யூட்டர். சிக்கலானது. புதிரானதும் கூட.

ஒன்றை நினைவில் வைத்துக் கொள்ளுங்கள். இங்கே நாம் குறிப்பிட்டிருக்கும் சூப்பர் கம்ப்யூட்டர் என்பதே நமது கணினியைவிடப் பல்லாயிரம் மடங்கு விரைவானது.

ஆப்பிள்வாசிகள், "மேக்புக் ப்ரோவை விடவா வேகமான கம்ப்யூட்டர்லாம் இருக்கு?" என்று ஐயுறக்கூடும். நமது கம்ப்யூட்டர்கள் எக்ஸ்ப்ரஸ் ரயிலென்றால் சூப்பர் கம்ப்யூட்டர்கள் புல்லெட் ட்ரெய்ன். "ஆமா... சூப்பர் கம்ப்யூட்டர் சால்வ் பண்ணவே நாப்பத்தேழு வருஷம் ஆகுற ப்ராப்ளம்லாமா இருக்கு?" என்று நீங்கள் வியப்புறக்கூடும்.

நாற்பத்து ஏழு வருடங்கள் மட்டுமல்ல. அதையும் தாண்டிப் புனிதமானதெல்லாம் இருக்கின்றன. எண்ணற்ற வருடங்கள் ஓடும் பிரச்சனைகளும் உண்டு. கம்ப்யூட்டர் என்பது வெறுமனே பாட்டுக் கேட்கவும், படம் பார்க்கவும் மட்டுமல்ல. அதனால் செய்ய இயலும் சிக்கலான பணிகள் நிறையவே உண்டு.

நாம் இன்று கைகளில் வைத்திருக்கும் மொபைல் போன், நிலவுக்கு முதன்முதலாக மனிதர்களை அனுப்பப் பயன்படுத்திய கம்ப்யூட்டர்களை விடப் பலப்பல மடங்குகள் வேகமானது. நாமென்ன ராக்கெட்டா ஏவிக் கொண்டிருக்கிறோம்? வாட்ஸ் ஆப்பில் படம் வேகமாக லோட் ஆகவில்லை என்று சலித்துக் கொண்டிருக்கிறோம்.குவாண்டம் கம்ப்யூட்டர்களின் முன் நமது அதிவேக சூப்பர் கம்ப்யூட்டர்கள் பொம்மைபோலத் தெரியத் தொடங்கும்.

"அப்ப இந்தக் குவாண்டம் கம்ப்யூட்டரை அமேசானில் ஆர்டர் போட்டு விடலாமா?" என்றால், முடியாது. இப்போதைக்கு இவ்வகை குவாண்டம் கம்ப்யூட்டர்கள் நாம் வீடுகளில் வைத்துச் சராசரியாகப் பயன்படுத்தும் நிலைக்கு வரவில்லை.

குவாண்டம் கம்ப்யூட்டர் என்றால் என்னவென்று எளிதாய் ஒரு அறிமுகம்:

நாம் தினமும் பயன்படுத்தும் கம்ப்யூட்டர்களின் அடிநாதம் பிட் (Bit - Binary Digit). இவை *0* அல்லது *1* என்ற எண்களை

மட்டுமே ஏற்றுக்கொள்ளும். ஒரு பிட் என்பது 0 அல்லது 1. ஒரு சமயத்தில் ஒரு பிட் ஜீரோவாகவோ அல்லது ஒன்றாகவோ இருக்கும். நிற்க.

குவாண்டம் கம்ப்யூட்டரில் பிட் என்பதற்குப் பதிலாக க்யூபிட் (qubits) பயன்படுத்தப்படுகின்றன. இந்த க்யூபிட்டானது ஒரே சமயத்தில் ஜீரோவாகவும் ஒன்றாகவும் இருக்கும் தன்மை கொண்டது. ஜீரோவா என்றால் ஜீரோ. ஒன்றா என்றால் ஒன்று. இரண்டுமேவா என்றால் ஆமாம். ஒரே நேரத்தில் இரண்டாகவும் இருக்கும் க்யூபிட்களை வைத்துச் செயல்படும் கம்ப்யூட்டர்களை அர்த்தநாரிக் கம்ப்யூட்டர்கள் என்று சொல்வது பொருத்தமாகத்தானே இருக்கும். அம்மையும் அப்பனும் ஓர் உருவாக இருப்பது போல.

இந்தக் க்யூபிட்களைக் குறிக்க எலக்ட்ரான், போட்டான் போன்ற அதிநுண் சங்கதிகளைப் பயன்படுத்துகின்றனர். ஒன்றுக்கும் மேற்பட்ட க்யூபிட்கள் ஒன்றோடொன்று இணைந்து செயல்படும் தன்மை கொண்டவை. இதைக் குவாண்டம் என்டாங்கில்மென்ட் (Quantum Entanglement) என்கின்றனர்.

மேலிருக்கும் மூன்று பத்திகளும் ஒரு மாதிரி குழப்பமாகத்தான் புரிகிறது. அல்லது புரியவேயில்லை என்றாலும் பரவாயில்லை. ஒன்றை மட்டும் தெளிவுபடுத்திக் கொள்ளுங்கள். குவாண்டம் கம்ப்யூட்டர் என்பது நமது இன்றைய கம்ப்யூட்டர்களின் மேம்படுத்தப்பட்ட வெர்ஷன் கிடையாது. அவற்றின் டி.என்.ஏயே மாறுபட்டது. எனவேதான் குவாண்டம் கம்ப்யூட்டர்கள் பரவலாகும்போது முற்றிலும் வேறொரு டிஜிட்டல் உலகத்தை அவை படைக்கும்.

இதற்கெல்லாம் என்ன தேவையிருக்கிறது என்றொரு கேள்வி எழலாம். நம்மிடம் தற்சமயம் இருக்கும் கம்ப்யூட்டர்களுக்கு உட்சபட்ச வேக எல்லை இருக்கிறது. அதைத் தாண்டி அவற்றால் ஒரு போதும் போக இயலாது. நமது ஸ்கூட்டர் எந்நாளும் ராக்கெட் வேகத்தை எட்ட முடியாது என்பது போலப் புரிந்து கொள்ளுங்கள்.

குவாண்டம் கம்ப்யூட்டர்கள் இந்த வேக எல்லையை முறியடிப்பதால் பல்வேறு பயன்கள் உண்டாகும். குவாண்டம்

கம்ப்யூட்டர்கள் புரட்டிப் போடவிருக்கும் துறைகள் பல. முக்கியமான சிலவற்றை மட்டும் பார்ப்போம்.

முதலாவதாக மருந்தியல் துறை. குவாண்டம் கம்ப்யூட்டர்களின் உதவியுடன் மருந்து கண்டறியும் விஞ்ஞானம் என்பது அதிவேகப் பாய்ச்சலெடுக்கும். வானிலை முன்னறிவிப்பு மிகவும் சிக்கலான மாடல்களை அடிப்படையாகக் கொண்டது. எனவேதான் கணிப்புகள் பிசகுகின்றன. உடனே நாமும் மீம் போட்டு நகைப்புக்குரியதாக்கி விடுகிறோம். குவாண்டம் கம்ப்யூட்டர்கள் இத்துறையில் கணிப்பின் துல்லியத்தை வெகுவாக அதிகரிக்க இயலும்.

குவாண்டம் கம்ப்யூட்டர்களால் பெரிதும் பயனடையவிருக்கும் துறை சைபர் செக்யூரிட்டி. அதிலும் குறிப்பாகக் க்ரிப்டோகிராபி. நாம் இன்று பயன்படுத்திக் கொண்டிருக்கும் க்ரிப்டோகிராபி குவாண்டம் கம்ப்யூட்டர்களால் எளிதில் உடைக்கப்படும்.

'நாம எங்க க்ரிப்டோகிராபில்லாம் பயன்படுத்துறோம்?' என உங்களுக்குத் தோன்றலாம். அன்றாடம் நீங்கள் பாஸ்வேர்ட் கொடுத்து லாக்-இன் செய்யும் நெட் பேங்கிங், ஈ-மெயில் சர்வர் போன்றவை க்ரிப்டோகிராபியை நம்பியே உள்ளன. கம்ப்யூட்டர்களின் வேக எல்லையே இந்த செக்யூரிட்டி அமைப்புகள் உடையாமல் இருக்கக் காரணம். குவாண்டம் கம்ப்யூட்டர்களின் வேகத்தின்முன் நம்மிடம் இப்போதிருக்கும் க்ரிப்டோகிராபி சிஸ்டம்கள் எல்லாம் நொடியில் உடைபடும்.

அதிதிறன் வாய்ந்த செக்யூரிட்டி அமைப்புகளை நிர்மாணிக்கும் அவசியம் ஏற்படும். இதற்காகப் போஸ்ட் குவாண்டம் க்ரிப்டோகிராபி (Post Quantum Cryptography) என்றொரு புதிய துறையே உருவெடுத்து வருகிறது. இதுகுறித்த ஆய்வுகள் மும்முரமாக நடந்து வருகின்றன. செயற்கை நுண்ணறிவுத் துறையில் குவாண்டம் ஏ.ஐ இதுவரையில்லாத புதிய தொழில்நுட்பங்களை உருவாக்குமென்று நம்பப்படுகிறது. விவசாயத் துறையில் கூடக் குவாண்டம் கம்ப்யூட்டர்கள் புதிய பயன்களைக் கொண்டுவரும். உரங்கள் தயாரிப்பு, தேவைக் கணிப்பு, பயிர் வளர்ச்சிக் கணிப்பு போன்றவற்றுள் குவாண்டம் அதிநவீன அல்காரிதங்களைக் அறிமுகப்படுத்தும்.

குவாண்டம் கம்ப்யூட்டர்கள் குறித்த ஆராய்ச்சிகளில் கூகுள் மட்டுமல்லாது, ஐபிஎம், இன்டெல், மைக்ரோசாப்ட், டி-வேவ் போன்ற பல்வேறு நிறுவனங்கள் முனைப்புக் காட்டி வருகின்றன. பல்வேறு நாடுகளும் குவாண்டம் குறித்த ஆராய்ச்சிக்கு நிதி ஒதுக்கி அமைப்புகளை ஏற்படுத்தியுள்ளன. சமீபத்தில் இந்திய அரசும் தேசிய குவாண்டம் மிஷன் என்றொரு அமைப்பை ஏற்படுத்த ஆராயிரம் கோடிகள் ஒதுக்கியுள்ளது.

குவாண்டம் கம்ப்யூட்டர்கள் டிஜிட்டல் உலகின் மிக முக்கியப் பரிணாம வளர்ச்சியாக அமையும். நமது கம்ப்யூட்டர்களின் குவாண்டம் அவதாரத்திற்கு ஆவலுடன் காத்திருப்போம்.

குவாண்டம் கம்ப்யூட்டரிலாவது நமது வெப் ப்ரவுசர் வேகமாக வேலை செய்யுமா? செய்யும் ஆனால் செய்யாது என்று க்யூபிட் ஸ்டைலில் பதில் சொல்லலாம்.

20. அணிவதெல்லாம் நுட்பம்

"செவிப் பொன் சேர்ப்பு விழா" என்றொரு அழைப்பிதழ். குழந்தைக்குக் காதுகுத்தி அணிசேர்க்கும் நிகழ்வு. மனிதர்கள் தம்மை அழகுபடுத்திக் கொள்வதற்காக ஆதிகாலம் தொட்டே நாடி வருபனவற்றுள் முதன்மையானவை அணிகலன்கள். உலகெங்கிலுமுள்ள பல்வேறு கலாச்சாரங்கள் தங்களின் வரலாற்று நினைவாகவும் அணிகலன்களைப் பாதுகாத்து வருகின்றன. காலந்தோறும் அணிகலன்கள் செய்யப்படும் முறைமையும், வடிவங்களும், செய்பொருட்களுமே கூட மாறிக்கொண்டே தான் வந்துள்ளன. காலத்திற்கு ஏற்ற கோலம் என்றிருப்பது தானே மனிதகுலத்தின் இயல்பு.

ஆரம்பத்தில் அழகுக்கு மட்டுமே என்றிருந்தன அணிகலன்கள். பின்னாட்களில் அவை பயன் சார்ந்தவை என்னும் எல்லையை வந்தடைந்தன. உதாரணமாக, கண் பார்வை தெளிவாகத் தெரிவதற்காக மூக்குக் கண்ணாடி, காலத்தைத் துல்லியமாய்க் காட்டிட கைக்கடிகாரம், இன்னபிற. இன்றைய காலம் டிஜிட்டல் காலம். எல்லாமே டிஜிட்டல் என்றான பின் அணிகள் மட்டும் எவ்வாறு விதிவிலக்காக இயலும்?

நம் உடலுடன் ஒட்டி உறவாடும் தொழில்நுட்பக் கருவிகள் நிறையவே வந்துவிட்டன. அணியும் வகையிலான

தொழில்நுட்பம் இவை என்பதால் 'அணி நுட்பம்' என்றேகூட இவற்றை அழைக்கலாம். "அதெல்லாம் முடியாது பாஸ்..." என்பவரா நீங்கள்? "வேரபில் டெக்" என்றே சொல்லிவிட்டுப் போங்கள்.

முன்பெல்லாம், கால்குலேட்டருடன் இணைந்த டிஜிட்டல் வாட்ச்கள் இருந்தன. நினைவிருக்கிறதா? எண்பதுகளில் இவ்வகையான வாட்சுகள் நிச்சயம் கவன ஈர்ப்புப் பொருட்கள் தான். இவற்றை வேரபில் டெக் என்பதன் ஆதி அவதாரம் என்று கூறலாம். இன்றைக்கு, அணியும் தொழில்நுட்பக் கருவிகள் பல்வேறு பயன் சார்ந்தனவாக உள்ளன.

முதலில் நாமனைவருமே அறிந்த ஸ்மார்ட் வாட்சுகள். நேரத்தைக் காட்டுவது மட்டுமின்றி உங்கள் ஸ்மார்ட்ஃபோனின் கிளை அலுவலகம் போன்றே செயல்படுவன இவை. 'பிட்னஸ் ட்ராக்கர்ஸ்' தான் இப்போதைக்கு வேரபிள் டெக்கின் சூப்பர் ஸ்டார். "ரெண்டு கிலோமீட்டர் வாக்கிங் போங்க சார்..." என்றிருந்த வசனத்தை "சார் கட்டாயம் எட்டாயிரம் ஸ்டெப்ஸ்ஸாவது நடந்துருங்க" என்று ட்ராக்கர்கள் மாற்றி இருக்கின்றன. நம் அடி எண்ணும் தொழிநுட்பம். இது போக, இதயம் இவ்வளவு வேகம், ரத்தத்தில் ஆக்ஸிஜன் எவ்வளவு என்றெல்லாம் நம்மை மட்டுமே ஓர்மையுடன் கவனித்து அளவிட்டுக்கொண்டே இருப்பவை பிட்னஸ் ட்ராக்கர்ஸ். "நேத்து நைட்டு சரியா தூக்கமில்லையா ராசா?" என்று அன்புள்ளத்துடன் அலர்ட் செய்வதும் பிட்னஸ் ட்ராக்கர்ஸ்ஸின் சிறப்பு.

வாட்ச் போலக் கைகளில் அணிந்து கொள்ளும் வண்ணம் இருப்பவை பிட்னஸ் ட்ராக்கர்ஸ். என்னால் அவ்வளவு பெரிதாக அணிந்து கொள்ள முடியாது என்பவர்க்கு ஸ்மார்ட் மோதிரங்கள் வந்துள்ளன. இந்த மாய மோதிரங்கள் ட்ராக்கர்ஸ் போலவே உங்கள் உடலைக் கவனித்துக் கொள்ளும். இம்மோதிரங்கள் 2K கிட்ஸ்களிடம் பரவலாகி வருகின்றன. வருங்காலங்களில், திருமணம் நிச்சயிக்கும்போது, இவ்வகை மோதிரங்களை மாற்றிக் கொள்ளும் நடைமுறை வரலாம். ஒரு மாதத்திற்குள் ஜாதகக் கட்டங்கள் சொல்லாததையும், ஹார்ட்வேர் சென்சார்கள் சொல்லிவிடும்.

பாதுகாப்புக்காக அணியும் தொழில்நுட்பங்களும் உண்டு. பார்ப்பதற்கு நகை போலவே இருக்கும் இக்கருவி கழுத்திலோ, கையிலோ, விரல்களிலோ அணியும் வண்ணம் வடிவமைக்கப்பட்டிருக்கும். குழந்தைகளுக்கும் இவற்றை அணிவிக்கலாம். ஏதேனும் ஆபத்து நேரும்பொழுது இவற்றை இயக்கினால் நீங்கள் இருக்குமிடம் உங்கள் உற்றாருக்கு உடனடிச் செய்தியாகச் சென்றுவிடும்.

உடைகளிலும் சென்சர் வைக்கும் தொழில்நுட்பமும் வளர்ந்து வருகின்றது. உடைகளிலிருக்கும் பயோ சென்சர்கள் உங்கள் உடல் நலனைத் தொடர்ந்து கண்காணிக்கும். ஈ-டெக்ஸ்ட்டைல் துறையில் தொடர்ந்து புதிய முயற்சிகள் நடந்த வண்ணம் உள்ளன. ஆடை நெய்யும் நூல்களின் ஊடேயே எல்.ஈ.டீக்கள், சர்க்யூட்கள் போன்றவற்றை நெய்யும் தொழில்நுட்பம் குறித்த ஆராய்ச்சிகள் நடைபெற்றுக் கொண்டுள்ளன. இது போன்ற ஆடைகள் இராணுவத்திலும், விளையாட்டு வீரர்களுக்கும் மிகுந்த பயன்களைத் தரும். பைபர்ட்ரோனிக்ஸ் (Fibretronics) என்று இதற்கென்று புதியதொரு துறையே வந்துகொண்டிருக்கிறது.

ஸ்மார்ட் காலணிகள் அதை அணிந்து கொண்டிருப்பவரின் உடல் சோர்வு, நிற்கும் மற்றும் நடக்கும் முறை ஆகியவற்றைக் கண்காணிக்கும். இத்தகவல்களைத் துல்லியமாகக் கணக்கிட்டு உங்களுக்கு ஆலோசனைகளைச் சொல்லும். பெரும் எதிர்பார்ப்பை ஏற்படுத்தியிருக்கும் இன்னுமொரு தொழில் நுட்பம் விர்ச்சுவல் ரியாலிட்டி. மெய்நிகர்த் தொழில்நுட்பம். இவற்றிற்காக அணியும் ஹெட்செட்களும் பரவலாகி வருகின்றன. ஆதியில் திரை சுவரில் இருந்தது. பின்னர் அது கைக்கு வந்தது. இப்போது கண்ணுக்கருகேயே வந்துவிட்டது.

பொதுவாகப் பயன்படுத்தப்படும் அணி நுட்பங்கள் போக, சில சிறப்புப் பயன் நுட்பங்களும் உண்டு. உதாரணமாக, விழிச்சவால் மாற்றுத் திறனாளிகளுக்கான, பாதையில் இருக்கும் தடைகளை உணரும் அணிகள். வலிப்பு நோய் பாதிப்பு உள்ளோரின் உடல் காரணிகளைத் தொடர்ந்து கண்காணித்து எச்சரிக்கும் அணி நுட்பம்குறித்த ஆய்வுகளும் நடந்து வருகின்றன.

வேரபில் டெக் நமக்குப் பல்வேறு வகைகளில் பயனளிக்கிறது என்பதில் ஐயமில்லை. ஆனால் இவைகள் தொடர்ந்து சேகரிக்கும் நம் உடல் சார்ந்த தகவல்கள் சிக்கலை ஏற்படுத்தலாம். இத்தகவல்களின் பாதுகாப்பை உறுதி செய்வது இன்றியமையாதது.

இத்தகவல்கள் தவறாகப் பயன்படுத்தப்பட்டால் விளைவுகள் மோசமானதாக இருக்கும். இவை விளம்பரம் செய்யப் பயன்படுத்தப்பட்டால் அது நிச்சயம் நமது ப்ரைவசிக்கு எதிரானதாகவே அமையும். அதேவேளையில் வருங்காலங்களில் அணியும் தொழிநுட்பம் நம் கற்பனைக்கெட்டாத வசதிகளைத் தரக்கூடும். உதாரணமாக மருத்துவத் துறை சார்ந்த அணியும் கருவிகள் மேலும் பரவலாகலாம். நமது உடல் காரணிகளைத் தொடர்ந்து கவனிப்பதன் மூலம், வரக்கூடும் நோய்களை முன்னறிவிப்பாய் எச்சரிக்கை செய்யும் தொழில்நுட்பம் வரலாம்.

“நலத்தகு மெல்விரல் நல்அணி செறீஇப் பரியகம் நூபுரம் பாடகம் சதங்கை” என்று தொடங்கும் சிலப்பதிகாரப் பாடலில் மாதவி அணிந்திருக்கும் நகைகள் என்று இளங்கோவடிகள் நீண்டதொரு பட்டியல் தருகின்றார். இன்றைக்கு இளங்கோ மீண்டும் வந்து சிலப்பதிகாரத்தை அப்டேட் செய்தால், இந்த வேரபில் டெக்கில் இருக்கும் அணிகலன்களையும் நிச்சயம் பட்டியலில் சேர்த்துவிடுவார் என்றே தோன்றுகிறது. நவீன மாதவிக்கான இளங்கோவின் பட்டியல் 2.0.

அதெல்லாம் சரிதான். இந்த அணிகலன்களுகெல்லாம் ஆடித் தள்ளுபடி எப்ப வரும் என்று கேட்காமல் இருத்தல் நலம்.

21. தோசை நடந்து வரும்; தோசைக் கரண்டி பறந்து வரும்!

"ட்ரோன் பார்த்திருக்கிறீர்களா?" என்று யாரிடமாவது விசாரித்துப் பாருங்களேன். பெரும்பாலானோர் "ஆம்" என்று தான் சொல்வார்கள். மிகச்சில வருடங்கள் முன்புவரை சயின்ஸ் பிக்ஷன் ரக ஹாலிவுட் படங்களில் மட்டுமே ட்ரோன்கள் காணக் கிடைத்தன. இப்போதெல்லாம் கல்யாண வீடுகளில் கூடச் சுற்றிச் சுற்றிப் படமெடுக்கும் ட்ரோன்கள் பரவலாகிவிட்டன. படமெடுக்க மட்டுமல்ல ட்ரோன்கள். இவற்றின் உபயோகம் இன்று பல்வேறு துறைகளிலும் பெருகி விட்டது. பறப்பதென்பதே சுதந்திரத்தின் படிமம் தானே? எனவே பறக்கும் யாவுமே ஒருவகையான ஈர்ப்புக் கொண்டுள்ளன. பறவைகள், ஹெலிகாப்டர்கள். தேவதைகள். இன்று இந்தப் பட்டியலில் ட்ரோன்களும் சேர்ந்துள்ளன.

ட்ரோன் என்னும் பெயர்கூடப் பின்னர் வந்தது தான். ஆளில்லா வான்வெளி வாகனங்கள் (UAVs: Unmanned Aerial Vehicles) என்றுதான் இவை முன்னர் அழைக்கப்பட்டன. நம் கட்டளையே சாசனம் எனப் பணியாற்றுபவை ரோபோக்கள். எந்திர மனிதர்கள். ரோபோ போன்றே நம் கட்டளையை அப்படியே நிறைவேற்றுபவை தான் இந்த ட்ரோன்கள். பறக்கவும் செய்வதால் இவை எந்திரப் பறவைகள்.

ட்ரோன்கள் முற்றிலுமாக ரிமோட் மூலமாகக் கட்டுப்படுத்தப்படுபவை. ஆரம்பத்தில் இவை ராணுவப் பயன்களுக்கென்றே உருவாக்கப்பட்டன. ட்ரோன்கள் மட்டுமல்ல நாம் இன்றைக்குச் சர்வ சாதாரணமாகப் பயன்படுத்தும் பற்பல தொழில்நுட்பங்களும் ராணுவத்திற்காகக் கண்டறியப்பட்டவைதான். உதாரணமாக ஜி.பி.எஸ் (GPS). "எங்கே... செல்லும்... இந்தப்... பாதை..." என்று எந்நேரமும் இதை மேப்களில் நாம் இன்று பயன்படுத்திக் கொண்டிருக்கிறோம்.

பறக்கும் தூரம் என்னும் அடிப்படையில் ட்ரோன்களைப் பலவிதமாக வகைப்படுத்தலாம். மூன்று மைல் வரை மட்டுமே பறக்கும் ட்ரோன்கள் "வெரி க்ளோஸ் ரேன்ஞ்" முப்பது மைல்கள் வரை பறக்கும் திறன் கொண்டவை க்ளோஸ் ரேன்ஞ் ட்ரோன்கள். ஷார்ட் ரேன்ஞ் ரகம் தொண்ணூறு மைல்கள் வரை. மிட் ரேன்ஞ் ரகத்தினது நாநூறு மைல்கள். அதையும் தாண்டிப் பறப்பன "என்ட்யூரன்ஸ்" என்னும் ரகத்தினவை.

இவை பறக்கும் தூரத்தின் அளவைக்கொண்டு இவற்றின் பயன்பாடுகள் மாறுபடுகின்றன. ரகத்தின் அடிப்படையில் இவை எட்டும் உயரமும் வேறுபடும்.

ஒரு ட்ரோன் இயங்க மூன்று சங்கதிகள் அவசியம். முதலாவது தரைக் கட்டுப்பாட்டு மையம். இவை கைகளில் வைத்து இயக்கும் ரிமோட்கள் போல இருக்கும். இவற்றின் மூலம் தரப்படும் சமிஞ்கைகளே ட்ரோன்களுக்கு வேத வாக்கியம்.

இரண்டாவது, வானில் பறக்கும் யூனிட். இவை தான் நாம் விரும்பும் பணியைச் செய்பவை. நமது பே-லோட். உதாரணமாகப் படம் பிடிக்கும் ட்ரோன்கள் கேமராக்களைச் சுமந்து செல்லும். இன்னபிற பணிகளுக்கானவை அவற்றிற்குரிய பேலோட்களைக் கொண்டிருக்கும்.

மூன்றாவது இவை இரண்டையும் இணைக்கும் டேட்டா லிங்க். தகவற் பாலம். குறிப்பிட்ட அலைவரிசையில் ட்யூன் செய்தால்தான் ரேடியோவே பாடுகிறது. அதே போலத் தான் ட்ரோன்களும். அவரவர் தத்தமது அலைவரிசையை அடைந்து செயலாற்றும்.

ஹெலிகாப்டருக்கும், விமானத்திற்கும் என்ன வித்தியாசம்? விமானம் ரன்வேயில் ஓடி வேகமெடுத்து அதன் மூலம் பெற்ற உந்துவிசையால் பறக்கும். ஆனால் ஹெலிகாப்டர்கள் எங்கும் ஓடத் தேவையில்லை. இருந்த இடத்திலிருந்தே வான் நோக்கி நேர்க்கோட்டில் உயரும் சிறப்புப் பெற்றவை. ட்ரோன்களும் ஹெலிகாப்டர்கள்போல இச்சிறப்பைப் பெற்றுள்ளன. வெர்ட்டிகல் டேக் ஆஃப் அண்ட் லேண்டிங் (VTOL) என்னும் சிறப்புப் பண்பினாலேயே ட்ரோன்கள் எளிதில் இயக்கும் இயல்புடையதாக உள்ளன.

ஒரேயொரு ரோட்டர் மூலம் இயங்கும் ட்ரோன்கள் இருக்கின்றன. அதேபோலப் பல்வேறு ரோட்டர்கள் கொண்ட ட்ரோன்களும் உள்ளன. ஒரு ரோட்டர் ட்ரோன்கள் குட்டிரக ஹெலிகாப்டர்கள் போன்றவை. இவை நீண்ட தூரம் பறக்கும் வலிமை கொண்டவை. ஆனால் இவற்றை இயக்க முறையான பயிற்சி வேண்டும். அனைவராலும் எளிதில் இயக்கிவிட முடியாது. பல ரோட்டர் ட்ரோன்கள் எளிதில் இயக்கும் வகையில் வடிவமைக்கப்பட்டுள்ளன. ஆனால் இவற்றால் நீண்ட தூரம் பயணிக்க இயலாது.

இன்றைய சூழலில் ட்ரோன்கள் என்னவெல்லாம் செய்கின்றன?

படமெடுக்கும் ட்ரோன்கள் நாமனைவரும் அறிந்ததே. படமெடுப்பது என்றால் வெறுமனே கல்யாண மண்டபத்தை மட்டும் சுற்றுவன அல்ல. ஏரியல் போட்டோகிராபி என்பது பலத்தரப்பட்ட பயன்களைக் கொண்டது. உதாரணமாகக் காடுகளின் மேல் பறந்து தகவல்கள் சேகரிப்பது, நகரங்களின் மேல் பறந்து சர்வே செய்வது போன்ற பல்வேறு பயன்பாடுகள்.

ஒரு பெரும் நிலப்பரப்பை முப்பரிணமான மாடலிங் செய்யவும் ட்ரோன்கள் பயன்படுகின்றன. லிடார் (LiDAR) வகை ட்ரோன்கள் இது போன்ற பல்வேறு செயல்பாடுகளுக்காகப் பயன்படுத்தப்படுகின்றன. பொருட்களை டெலிவரி செய்யும் ட்ரோன்கள் பிரபலமாகி வருகின்றன. இன்றைக்கு நாம் எது வேண்டுமென்றாலும் ஆன்லைனில்தான் ஆர்டர் செய்கிறோம். அதைக் கொண்டுவந்து தர ஆட்கள் இருக்கின்றனர். இப்பணியில் ட்ரோன்களைப் பயன்படுத்துவதன் மூலம் மனித ஆற்றலை வேறுவகையில் சிறப்பாகப் பயன்படுத்தலாம். ‘லாஸ்ட் மைல்’

என்று சொல்லப்படும் இந்த டெலிவரிச் சங்கிலியின் கடைசிக் கண்ணியாக ட்ரோன்கள் மிகவிரைவில் பிரபலமாகிவிடும்.

பேரிடர்க் காலங்களில் உதவும் வகையிலும் ட்ரோன்கள் வடிவமைக்கப்படுகின்றன. மனிதர்கள் எளிதில் அணுக இயலாப் பேரிடர் இடிபாடுகளில் தேடுதல் பணியை இவ்வகை ட்ரோன்கள் சிறப்பாகச் செய்கின்றன.

விவசாயியின் நண்பன் பாம்பு மட்டுமல்ல. இனிமேல் ட்ரோன்களும் தான். வயலில் மருந்து தெளித்தல், சர்வே செய்தல், ஆடுமாடுகளை கண்காணித்தல் போன்ற பல்வேறு பணிகளுக்கும் இனிமேல் ட்ரோன்கள் வரிசைகட்டி நிற்கவிருக்கின்றன. விவசாயத்திற்கான வேலைகளைச் செய்ய ஆட்கள் கிடைப்பது அரிதாகி வரும் இந்த வேளையில் இவ்வகை ட்ரோன்கள் பேருதவியாக இருக்கும். இதுபோக போர்ச்சூழல்களில் ட்ரோன்களின் பயன்பாடு இன்றைக்கெல்லாம் அன்றாடச் செய்தியாகிவிட்டது. உளவு பார்க்கவும் ட்ரோன்கள் உதவுகின்றன. இவைபோக எதிரியின் எல்லைக்குள் சென்று தாக்குதல் நடத்தவும் ட்ரோன்கள் வந்துவிட்டன.

ட்ரோன்களில் எல்லாமே ஆஹா ஓஹோ தானா என்றால், அப்படியெல்லாம் சொல்லிவிட முடியாது. ட்ரோன்கள் சில சவால்களையும் சேர்த்தேதான் கொண்டு வருகின்றன. எங்கும் பறந்து சென்று படமெடுக்கும் ட்ரோன்கள் நிச்சயம் ப்ரைவசி என்னும் நோக்கில் சிக்கல்தான். ட்ரோன்கள் இன்னும் புற்றீசல் போல் பல்கிப் பெருகும்போது, அவற்றின் வான்வெளி மோதல்களும் ஒரு புதிய தலைவலியாகிப் போகலாம். சாலையில் போக்குவரத்து நெரிசல் போல வான்வெளியிலும் ஏற்படலாம். இது போக, ட்ரோன்கள் ஹாக் செய்யப்பட்டால், உங்கள் வீட்டிற்கு வரும் பார்சலை வேறொருவர் அலேக்காகத் தட்டிச் செல்லலாம். பாதை மாறிப்போன பறவையை எதிர்ப்பார்த்து நீங்கள் காத்திருந்து காத்திருந்து காலங்கள் போகலாம்.

எந்திரப் பறவைகள் பலவிதம். ஒவ்வொன்றும் ஒருவிதம். உங்கள் வீட்டுச் சமையலறையிலிருந்து டைனிங் டேபிளுக்குத் தோசை ட்ரோனில் பறந்து வரும் ஒளிமயமான எதிர்காலம் உள்ளத்தில் தெரிகிறது. தோசை வருவது மகிழ்ச்சிதான். தோசைக் கரண்டி வராமல் இருப்பது உங்கள் சமத்து.

22. குழந்தையும் கோடிங் தெய்வமும்

மனித குலத்தின் ஆகச் சிறந்த கண்டுபிடிப்பு மொழி. எண்ணங்களின் ஊற்றுக் கண்ணாகவும் மொழியே உள்ளது. உடலாற்றல் என்னும் அளவை வைத்துப் பார்த்தால் மனிதனைவிடப் பன்மடங்கு திறன் வாய்ந்த விலங்குகள் பல உள்ளன. ஆயினும் மனிதன் அவைகளையெல்லாம் விட உயரக் காரணம் அவன் கண்டறிந்த கருவிகள். மொழி இக்கருவிகளுள் முதன்மையானது.

மொழி என்றாலே மனிதர்களின் மொழி என்று மட்டும் தான் இருந்தது. பின்னர் கணினி மொழிகள் இவற்றுக்குப் போட்டியாக வந்து சேர்ந்தன. மனிதர்கள் கணினியுடன் பேச உதவுபவையே கணினி மொழிகள். சரியாகச் சொல்ல வேண்டுமானால் நிரல் மொழிகள். ப்ரோகிராமிங் லாங்குவேஜஸ். கணினி மொழிகள்மூலம் ஒரு செயலைச் செய்ய நிரல் எழுதுவதை ப்ரோகிராமிங் என்கின்றனர். நிரலாக்கம். கோடிங் என்றும் சொல்லலாம். மனிதர்களுக்கு எண்ணற்ற மொழிகள் இருப்பதுபோலக் கணினி மொழிகளுக்கும் கணக்கே இல்லை. ஆயிரக்கணக்கான மொழிகள் உள்ளன.

கணினி மொழிகள் கடந்து வந்துள்ள பாதை மிக நீண்டது. சுவாரசியமானதும் கூட. ஆரம்பத்தில் இம்மொழியில் இருந்த

எழுத்துகள் இரண்டே இரண்டு தான். 0 மற்றும் 1. ஆனால் இன்று நம்மிடம் இருக்கும் கணினி மொழிகள் பண்பட்டவை. முன்பிருந்த மொழிகளை ஒப்பிடும்போது இவை எளிதானவை.

இப்போதெல்லாம் கோடிங் செய்யக் கற்றுக்கொள்வது பரவலாகியுள்ளது. "முப்பது நாட்களில் ஜாவா... பதினைந்து நாட்களில் பைத்தான்..." என்று ஒரு பெருங்கூட்டம் கிளம்பியுள்ளது. முன்பெல்லாம் கோடை விடுமுறையென்றால் ஸ்போக்கன் இங்கிலீஷ் வகுப்புக்குக் குழந்தைகளை அனுப்பினர் பெற்றோர். ஆனால் இன்று சூழல் மாறிவிட்டது. "ஆறாங் க்ளாஸ் படிக்கிறான்... இன்னுமா ஆண்ட்ராய்டு ஆப் டெவலப்மெண்ட் கத்துக்கல...?" என்று பீதியைக் கிளப்புகிறார்கள். பத்து வயதுக் குழந்தையெல்லாம் பைத்தான் படிக்கவில்லையென்றால் என்னமோ போலப் பார்க்கிறார்கள். குழந்தைகள் கோடிங் கற்றுக்கொள்வதில் உள்ள சாதக பாதகங்களை முதலில் பெற்றோர் அறிந்து கொள்வது அவசியம்.

கோடிங் என்பது ஒரு திறன். திறன் வளர்ப்புதான் இன்றைக்குக் கல்வித்துறையின் முதன்மை நோக்கம். முதன்மைச் சவாலும் அதுவே.

கோடிங் என்னும் திறனைப் பெறுவதன் மூலம் சில செயல்களைச் செய்வது எளிதாகிறது. சைக்கிள் ஓட்டக் கற்றுக் கொள்வது போலத்தான் இதுவும். நடந்து சென்றால் தேவைப்படும் ஆற்றல் சைக்கிளில் செல்லும்போது பாதியாகக் குறைகிறது. அதுபோலவே கோடிங் என்னும் திறன் ஒரு புதிய உலகிற்கான வாசலைத் திறந்து விடுகிறது.

கோடிங் என்னும் திறனின் மையப் புள்ளி சிக்கல்களைத் தீர்த்தல். ப்ராப்ளம் சால்விங். ஒட்டுமொத்தக் கணினித் துறையின் நோக்கமே சிக்கல் தீர்த்தல் தான். இதன் மூலம் வாழ்வை எளிதாக்குதல். குழந்தைகள் சிக்கல் தீர்த்தல் என்னும் ஒரு கலையைக் கற்பது அவர்களுக்கு மிகவும் பயனுடையதாக அமையும்.

கோடிங் என்பது கம்ப்யூட்டருடன் பேசும் கலை. என்னதான் ஏ.ஐ எல்லாம் வந்துவிட்டாலும் கம்ப்யூட்டர் ஒரு ஸ்டுப்பிட் பாக்ஸ்தான். "உள்ளதைச் சொல்வேன்... சொன்னதைச்

செய்வேன் வேறொன்றும் தெரியாது" என்னும் நிலைதான் கம்ப்யூட்டர்களுக்கு. எனவே கம்ப்யூட்டருடன் பேசும் மொழியில் எந்தப் பிழையும் இருக்கக் கூடாது. கோடிங் கற்பதன் மூலம், தான் நினைத்தவொன்றை எவ்விதக் குழப்பமும் இல்லாமல் சொல்லும் திறன் வளர்கிறது. கடினமான விஷயத்தைக் கூட எவ்வாறு சின்னஞ்சிறு சங்கதிகளாகப் பிரித்துக் கூறுவது என்று கோடிங் மூலம் கற்கலாம்.

கம்ப்யூட்டர் அல்லது ஸ்மார்ட் ஃபோனை, வெறுமனே ஷார்ட் வீடியோ பார்க்கவும், கேம் விளையாடவும் மட்டுமே பெரும்பாலான சிறார்கள் பயன்படுத்தி வருகின்றனர். இதற்குப் பதிலாக, கோடிங் என்னும் ஒரு திறன் வளர்க்கும் செயலுக்கு நேரத்தையும் கவனத்தையும் கொடுப்பது சிறப்பு.

“எல்லாமே சூப்பர்... அப்ப எல்லாக் கொழந்தைகளும் கோடிங் கத்துக்கலாம்தானே...?" என்றால் ஒரேயடியாக அப்படியெல்லாம் சொல்லிவிட முடியாது.

“பக்கத்து வீட்டு பாஸ்கரப் பாரு... எட்டாங் கிளாஸ்ல என்கிரிப்ஷன்லாம் கத்துக்கிட்டான்... நீயும் இருக்கியே...?" என்று அக்கம் பக்கத்தாருடன் ஒப்பீடு செய்து, நம் வீட்டுக் குழந்தைகளையும் கோடிங் வகுப்புகளில் சேர்த்தல் எந்தப் பயனும் தராது. இளமையில் கற்பது எளிது தான். ஆனால் ஆர்வமிருப்பதைக் கற்பது மட்டுமே எளிது. குழந்தைப் பருவம் என்பதன் முதன்மை நோக்கம் குழந்தைமையை அனுபவிப்பது. அந்தப் பருவத்திற்குச் சற்றும் தொடர்பில்லாத சிக்கலான சங்கதிகளை அவர்களுக்கு அறிமுகம் செய்யாமலிருப்பதே உத்தமம்.

சக குழந்தைகளுடன் சிரித்துப் பேசிக் கொண்டாட்டமாய் இருப்பதே குழந்தைப் பருவத்தின் அழகு. அதை விட்டுவிட்டு ரேஸ் குதிரையைத் தயார் செய்வது போல எல்லாவற்றையும் கற்றுக் கொடுக்க முயல்வது அவர்களுக்குக் கூடுதல் சுமைதான்.

இன்னுமொரு கண்ணோட்டமும் உள்ளது. கோடிங் என்பது இன்றைய சூழலில் முக்கியமாக உள்ளது. தற்போது ஜெனரேட்டிவ் ஏ.ஐ வெகுவேகமாக வளர்ந்து வருகிறது. இதனால் கோடிங் என்னும் செயல்பாட்டின் பெரும்பகுதி

ஆட்டோமேட் செய்யப்படும் வாய்ப்புள்ளது. எனவே இன்னும் பதினைந்து இருபது ஆண்டுகள் கழித்துக் கோடிங் என்னும் இத்திறன் இதே போன்றதொரு கவர்ச்சிகரமானதாக இருக்குமா என்பதும் சந்தேகமே. இச்சூழலில் குழந்தைகளை வருத்திக் கோடிங் கற்கச் செய்வது சரியாக இருக்காது என்றும் சில வல்லுநர்கள் கூறுகின்றனர்.

“சரி.. அப்ப என்ன தான் செய்யனும்...?” கோடிங் கற்பது என்பது முழுக்க முழுக்க குழந்தையின் ஆர்வத்தைப் பொறுத்தது. என்ன தான் கணினி மொழிகள் ஒப்பீட்டளவில் எளிமையாகி விட்டாலும், நிரலாக்கம் என்பது இன்னமும் சிக்கலான ஒரு செயல்பாடு தான். இதை எப்போதும் மறந்து விடாதீர்கள்.

‘குழலினிது யாழினிது என்ப தம்மக்கள் பைத்தான் நிரல் பாராதவர்’ என்றிருப்பது நல்லதல்ல. தொழில்நுட்பம் ஒளியின் வேகத்தில் முன்னேறிக் கொண்டிருக்கிறது. இன்றைய லேட்டஸ்ட் தொழில்நுட்பம் அடுத்த வாரத்திலேயே வரலாறாகிவிடுகிறது.

எனவே குழந்தைகளிடம் என்னவெல்லாம் வாய்ப்புகள் உள்ளதென்று தெரியப்படுத்துங்கள். தேர்ந்தெடுக்கும் வாய்ப்பை அவர்களிடமே விட்டுவிடுங்கள்.

23. சாப்ட்வேர் சுதந்திரம்

ஆப்பரேட்டிங் சிஸ்டம்தான் கம்ப்யூட்டர்களின் அடிநாதம். ஒரு காலத்தில் கம்ப்யூட்டரை இயக்குவதென்பது சிக்கலான செயலாக இருந்தது. ஆனால் இன்று, யார் வேண்டுமானாலும் கம்ப்யூட்டரை எளிதாக இயக்கலாம் என்றொரு நிலை ஏற்பட்டுள்ளது. இதற்கான முக்கியக் காரணி ஆப்பரேட்டிங் சிஸ்டம் ஆகும். இயங்கு தளம் அல்லது இயக்க முறைமை எனலாம். கம்ப்யூட்டர்கள் மட்டுமின்றி ஸ்மார்ட்ஃபோன் போன்ற இன்னபிற கருவிகளிலும் ஆப்பரேட்டிங் சிஸ்டம் உள்ளது.

பல்வேறு ஆப்பரேட்டிங் சிஸ்டங்கள் வெவ்வேறு காலக்கட்டங்களில் உருவாக்கப்பட்டிருந்தாலும் பிரபலமாக உபயோகத்தில் இருப்பன மிகச் சில. கம்ப்யூட்டர்களைப் பொறுத்தவரை முன்னணி இயங்குதளங்கள் மைக்ரோசாப்ட்டின் விண்டோஸ், ஆப்பிள் நிறுவனத்தின் மேக் மற்றும் ஓப்பன்சோர்ஸ் உலகின் லினக்ஸ். ஸ்மார்ட்ஃபோன்களில் ஆண்ட்ராய்ட் மற்றும் ஐ.ஓ.எஸ். முதலில் ஆப்பரேட்டிங் சிஸ்டம் என்றால் என்னவென்று ஒரு சிறு குறிப்பு வரைந்து கொள்வோம்.

உங்களது கம்ப்யூட்டரை ஒரு நாடு என்று கற்பனை செய்து கொள்ளுங்கள். இந்த நாட்டின் அரசாங்கம்தான் ஆப்பரேட்டிங் சிஸ்டம். நாட்டில் பல தரப்பட்ட வளங்கள் உள்ளது போல, கம்ப்யூட்டரிலும் மெமரி, மைக்ரோ ப்ராசஸர் போன்ற பல்வேறு

வளங்கள் உள்ளன. இவற்றைத் திறம்பட நிர்வகித்து உங்கள் பயன்பாட்டை எளிதாக்குவதே ஆப்பரேட்டிங் சிஸ்டத்தின் கடமை.

டெக்ஸ்டாப் கம்ப்யூட்டர்களில் மைக்ரோசாப்ட்டின் விண்டோஸ் ஆப்பரேட்டிங் சிஸ்டம்தான் இன்றளவில் மார்க்கெட் லீடர். இரண்டாவதாக இருப்பது ஆப்பிளின் மேக் (ஓ.எஸ் எக்ஸ்). இதற்கடுத்து வருவதுதான் லினக்ஸ் ஆப்பரேட்டிங் சிஸ்டம். விண்டோஸும், மேக்கும் கமர்சியல் ஆப்பரேட்டிங் சிஸ்டங்கள். அதாவது இவற்றை முறையாகப் பயன்படுத்த நீங்கள் கட்டணம் செலுத்தி லைசன்ஸ் பெற வேண்டும். லினக்ஸ் என்பது ஓப்பன் சோர்ஸ் ஆப்பரேட்டிங் சிஸ்டம். இலவசமாகவே பயன்படுத்திக் கொள்ளலாம். ஓப்பர்சோர்ஸ் உலகில் “ஃப்ரீ சாப்ட்வேர்” என்றால் அது கட்டணத்தை மட்டும் குறிப்பதல்ல. இங்கு ஃப்ரீ என்பது “ஃப்ரீடம்” என்று பொருள்படும். சுதந்திரம் தான் லினக்ஸ் பயன்பாட்டின் தாரக மந்திரம்.

விருப்பப்படி எந்தவொரு செயலுக்கும் சாப்ட்வேரைப் பயன் படுத்திக் கொள்ளும் சுதந்திரம். உங்கள் பயன்பாட்டிற்கேற்றபடி சாப்ட்வேரை மாற்றியமைத்துக் கொள்ளும் சுதந்திரம். மாற்றி யதை எவரிடமும் பகிர்ந்து கொள்ளும் சுதந்திரம். சாப்ட்வேர் இயங்கும் முறைமையை அறிந்து கொள்ளும் சுதந்திரம்.

இவையனைத்தையும் வழங்குவது தான் ஃப்ரீ சாப்ட்வேர். லினக்ஸ் ஒரு ஃப்ரீ சாப்ட்வேர். பிற ஆப்பரேட்டிங் சிஸ்டம்கள் இந்தச் சுதந்திரத்தை வழங்குவதில்லை. அவர்கள் சொன்னபடி, அவர்கள் அனுமதிக்கும் வரை, அவர்கள் அனுமதித்த கருவிகளில் மட்டுமே பயன்படுத்தும் கட்டுப்பாடுகள் நிறைந்தவை கமர்சியல் சாப்ட்வேர்கள்.

எளிமையாகச் சொல்லவேண்டுமானால் விண்டோஸ் மற்றும் மேக் ஆப்பரேட்டிங் சிஸ்டம்கள், ‘டாலர் தேசத்துத் தாத்தா’ ப்ராண்ட் சிக்கன் போன்றவை. கவர்ச்சிகரமானவை. ஆனால் எப்படிச் செய்கிறார்கள்? தெரியாது. என்னவெல்லாம் சேர்க்கிறார்கள்? தெரியாது. எனக்கேற்றபடி நானே மாற்றிக் கொள்ள முடியுமா? முடியாது. லினக்ஸ் என்பது நம்வீட்டுப் பாட்டி சமைக்கும் சுவையான கோழிக் குழம்பு போன்றது.

என்னவெல்லாம் சேர்த்து எப்படிச் செய்கிறாள் என்று எளிதில் அறிந்து கொள்ளலாம். தேவைக்கேற்றபடி நீங்கள் மாற்றிக் கொள்ளவும் செய்யலாம். உங்கள் உடல் நலத்தையும் பாதுகாக்கும்.

லினக்ஸ் ஆப்பரேட்டிங் சிஸ்டத்தின் கதை தொண்ணூறுகளின் ஆரம்பத்தில் தொடங்கியது. பின்லாந்து நாட்டில் 'லினஸ் டோர்வால்ஸ்' என்னும் பல்கலைக்கழக மாணவரால் சிறிய ப்ராஜெக்ட்டாகத் தொடங்கியது லினக்ஸ். ஆப்பரேட்டிங் சிஸ்டத்தின் மையக் கருவை 'கெர்னல்' என்கிறார்கள். லினக்ஸின் கெர்னலை வெற்றிகரமாக உருவாக்கினார் லினஸ் டோர்வல்ஸ். தான் உருவாக்கிய சாப்ட்வேருக்கு அவர் காப்புரிமை பெற்றிருந்தால் இன்றைக்கு அவர் உலகக் கோடீஸ்வரர்களில் முதன்மையானவராக இருந்திருப்பார். லினக்ஸ் கெர்னலின் சோர்ஸ்கோடை இலவசமாக எவர் வேண்டுமானாலும் பயன்படுத்துமாறு டோர்வல்ஸ் வெளியிட்டார். இதன்மூலம் லினக்ஸ் ப்ராஜெக்டை உலகெங்கிலுமுள்ள டெவலப்பர்கள் மேலும் மேலும் மெருகேற்றினர்.

டெஸ்க்டாப் கம்ப்யூட்டர்களில்தான் லினக்ஸ் மூன்றாம் இடம். ஆனால் சர்வர்கள் என்றுவரும்போது என்றென்றைக்கும் லினக்ஸ்தான் சூப்பர் ஸ்டார். நமது ஸ்மார்ட்ஃபோன்களில் இருக்கும் ஆண்ட்ராய்ட் கூட லினக்ஸின் அவதாரம்தான்.

லினக்ஸ் உலகின் சிறப்பு, அதன் பலதரப்பட்ட வடிவங்கள். ஏராளமான லினக்ஸ் வடிவங்கள் உள்ளன. உதாரணமாக உபுண்ட்டு, ஃபெடோரா, ஆர்ச், காளி என்று ஏகப்பட்ட டிஸ்ட்ரிப்யூஷன்கள் உள்ளன. ஒரு டிஸ்ட்ரிப்யூஷன் என்பது லினக்ஸ் கெர்னலை வேண்டியவண்ணம் பிற சாப்ட்வேர்களுடன் தொகுத்துப் பயன்படுத்துவது. ஒவ்வொரு விதமான தேவைக்கும் பிரத்தியேகமாக வடிவமைக்கப்பட்ட லினக்ஸ் டிஸ்ட்ரிப்யூஷனகள் உள்ளன. உதாரணமாகச் சைபர் செக்யூரிட்டியில் வேலை செய்பவர்களுக்குக் காளி லினக்ஸ், கார்ப்பரேட் பயன்பாடுகளுக்கு ரெட் ஹேட். பொதுவான தேவைக்குப் பயன்படுத்த உபுண்ட்டு (Ubuntu) சிறந்த தேர்வாகும். இண்டர்நெட் பார்க்க ஃபயர்பாக்ஸ் ப்ரவ்சர், ஆஃபிஸ் சாப்ட்வேராக லிப்ரே ஆஃபிஸ், படங்களை எடிட்

செய்யக் கிம்ப் (GIMP), பாட்டுக்கேட்க படம்பார்க்க மல்ட்டிமீடியா ப்ளேயர்கள் என அனைத்தையும் உள்ளடக்கியது உபுண்ட்டு.

உங்களிடம் பழைய கம்ப்யூட்டர் ஒன்று உள்ளதென்று வைத்துக் கொள்ளுங்கள். அதையும் சிறப்பாக இயங்க வைக்கும் லினக்ஸ் பதிப்புகளும் உண்டு. போதி என்றொரு லினக்ஸ் உள்ளது. நீங்கள் வேண்டாம் என்று பரணில் போட்டு வைத்திருக்கும் கற்காலக் கம்ப்யூட்டர்களைக்கூட இதன் மூலம் உயிர்ப்பிக்கலாம். வெறுமனே 512 MB மெமரி மற்றும் 500MHz வேகமுள்ள கம்ப்யூட்டரில் கூட இயங்கும்.

லினக்ஸின் சிறப்பம்சம் அது வழங்கும் பாதுகாப்பு. இந்தப் பாதுகாப்புக் காரணங்களுக்காகவே நிறைய சர்வர்களில் லினக்ஸ் பயன்படுத்தப்படுகிறது. சமீபத்தில் இந்தியப் பாதுகாப்பு அமைச்சகம் கூடத் தன் கட்டுப்பாட்டில் உள்ள கம்ப்யூட்டர்கள் அனைத்தும் உள்நாட்டிலேயே தயாரிக்கப்பட்ட ஆப்பரேட்டிங் சிஸ்டத்துக்கு மாற்றப்படும் என அறிவித்துள்ளது.

நமது பாரத தேசம் பல்வேறு மொழிகள் பேசப்படும் செழுமையான தேசம். இந்தப் பன்மொழித் தேவைகளைக் கருத்தில்கொண்டு, பாரதத்திற்கான பிரத்தியேக லினக்ஸ் பதிப்பு ஒன்றை சி-டாக் (C-DAC) நிறுவனம் உருவாக்கியுள்ளது. பாஸ் (BOSS - Bharath Operating System Solutions) எனப் பெயரிடப்பட்டுள்ளது. இந்த லிங்க் (https://bosslinux.in/) மூலம் டவுன்லோட் செய்துகொள்ளலாம். இந்திய மொழிகளில் சிறப்பாக மெருகேற்றப்பட்டுள்ளது பாஸ் லினக்ஸ். தேசமெங்கும் ஆறு மில்லியன் கருவிகளில் பாஸ் லினக்ஸ் வெற்றிகரமாகச் செயல்பட்டுவருகிறது.

ஆயுதம் செய்வோம், நல்ல காகிதம் செய்வோம் என்று பாடிய பாரதி இன்றிருந்திருந்தால், "இந்தியாவிற்கோர் இயங்குதளம் செய்வோம்" என்றும் சேர்த்திருக்கக்கூடும். சாப்ட்வேர் சுதந்திரம் என்பது இன்றைய சூழலில் அத்தியாவசியமான ஒன்று.

அழகான ஜன்னல் உள்ளதென்பதனால் பூட்டப்பட்ட அறைக்குள்ளேயே அடைந்து கிடக்காதீர்கள். பரந்து விரிந்த சுதந்திர உலகம் ஜன்னலுக்கு வெளியே உள்ளது.

24. பறவைகள், துறவிகள் மற்றும் டொமைன்கள்

கூகுள் என்றால் சர்ச் எஞ்ஜின் மட்டுமே அல்ல. இன்னபிற கருவிகள் பலவற்றையும் கூகுள் உருவாக்கியுள்ளது. பெரும்பாலானோர் அறிந்த குரோம் ப்ரவ்சர், யூ-ட்யூப், கூகுள் ஃபோட்டோஸ், கூகுள் மீட் தவிரவும் நிறையவே உள்ளன.

கூகுளின் எல்லாத் தயாரிப்புகளைப் பற்றியும் இந்த லிங்க்கில் (https://about.google/products/) அறியலாம்.

கூகுள் உருவாக்கிய சாப்ட்வேர்களுக்கு இணையாக அவர்கள் கை கழுவியவற்றின் பட்டியலும் மிக நீண்டது. முன்பெல்லாம் "கூகுள் ரீடர்" என்றொரு சாப்ட்வேர் மிகவும் பிரபலம். நாம் விரும்பும் தகவல்கள் மற்றும் செய்திகள் குறித்த அப்டேட்களைப் பெறுவதற்கு மிகவும் உறுதுணையாக இருந்தது இந்தக் கருவி. இரண்டாயிரத்து பதின்மூன்றில் திடீரென்று ரீடரை இழுத்து முடியது கூகுள். இது பயனாளர்களிடையே பேரதிர்ச்சியை ஏற்படுத்தியது. இதே போலவே "ஹாங்க் அவுட்" என்றொரு மெசஞ்சர், வீடியோ கால் செய்யக் "கூகுள் டியோ", வலைப்பக்கங்களை எளிதில் உருவாக்கிட உதவிய "கூகுள் சைட்ஸ்" போன்ற பல்வேறு கருவிகளையும் கூகுள் வெவ்வேறு காலக்கட்டங்களில் கைவிட்டிருக்கிறது.

கூகுள் கொன்ற கருவிகளின் முழுப் பட்டியலையும் தருகிறது இந்த (https://killedbygoogle.com/) வலைப்பக்கம். கூகுள் பரணி பாடுமளவுக்குப் பட்டியல் நீளம்.

சமீபத்தில் கூகுளால் கைவிடப்பட்டது தான் கூகுள் டொமைன்ஸ் (Google Domains). இதனை ஸ்கொயர்ஸ்பேஸ் (SquareSpace) என்றொரு நிறுவனம் வாங்குகிறது. நூற்றெண்பது மில்லியன் அமெரிக்க டாலர்கள்.

முதலில் “டொமைன்ஸ்” என்றால் என்னவென்று தெரிந்து கொள்ளலாம். வலைத்தளங்களை அணுகப் பிரத்தியேக முகவரி உள்ளது. உதாரணமாக madaraspaper.com என்னும் வலைத்தள முகவரியில் madraspaper என்பது டொமைன் நேம்.

நீங்கள் ஒரு வெப்சைட் தொடங்க வேண்டுமென்று நினைக்கின்றீர்கள். இதற்காக முதலில் செய்ய வேண்டியது பெயர்ப் பதிவு. ஏனிந்தப் பெயர்ப்பதிவு என்றொரு ஐயம் எழலாம். நீங்கள் உருவாக்கும் வலைத்தளத்தை உலகெங்கிலும் எங்கிருந்து வேண்டுமானாலும் அணுக முடிய வேண்டும். அதற்காகவே இந்தப் பதிவு.

இவ்வாறு பெயர்ப் பதிவு செய்வதெற்கென்றே நிறைய நிறுவனங்கள் உள்ளன. “கோ டாடி” (GoDaddy), “நேம்சீப்” (Namecheap) போன்றவை வலைப்பக்கப் பெயர்ப்பதிவு செய்வதில் முன்னணியில் இருக்கும் நிறுவனங்கள். இப்போது ஸ்கொயர் ஸ்பேஸ் கூகுள் டொமைன்ஸை வாங்கிய பின்னர் அதுவும் இந்தப் பட்டியலின் முதல் சில இடங்களுக்குள் வந்துவிடும். கூகுள் டொமைன்ஸில் தற்சமயம் இருக்கும் பத்து மில்லியன் பதிவுகள், ஸ்கொயர்ஸ்பேஸ் வசம் செல்லும். இது ஸ்கொயர்ஸ்பேஸ் நிறுவனத்திற்கு மிகப்பெரிய பலமாக அமையும்.

வலைத்தளப் பெயர் என்பது இரண்டு பாகங்களைக் கொண்டது. முதல் பாகமானது நீங்கள் வைக்கவிரும்பும் பெயர். இரண்டாவது பாகம் இது எந்த வகையான வலைத்தளம் என்பதைக் குறிக்கும் எக்டென்ஷன். இதனை “என்டிங்ஸ்” என்றும் குறிப்பிடுகின்றனர். பல்வேறு வகையான என்டிங்குகள் உள்ளன. உதாரணமாக .com, .net, .org இவற்றைச் சொல்லலாம்.

கூகுள் டொமைன்ஸ் தளத்திற்குச் சென்று (https://domains.google.com/) பெயர்ப் பதிவு செய்யும் இப்பணியை எளிதில் முடிக்கலாம். ஒரே ஒரு நிபந்தனைதான். நீங்கள் வைக்கவிரும்பும் பெயரை ஏற்கனவே யாரும் வைத்திருக்கக் கூடாது.

நீங்கள் தேர்ந்தெடுக்கும் என்டிங்கைப் பொறுத்துக் கட்டணம் மாறுபடும். கட்டணம் என்று கூறுவதை விட வாடகை என்று கூறலாம். மாதச் சந்தா, ஆண்டுச் சந்தா எனப் பல்வேறு வகைகளில் நீங்கள் இதைச் செலுத்தலாம்.

நீங்கள் வலைத்தளத்திற்கு, 'பேரு வச்சா மட்டும் போதாது... சோறும் வைக்க வேண்டும்.' அதாவது இந்தப் பெயர்ப்பதிவிற்குப் பின் உங்கள் வலைத்தளத்திற்கான கண்டென்ட்களைப் பதிவேற்றச் சர்வரில் இடம் வாங்க வேண்டும். நிறைய நிறுவனங்கள் பேரும் வைத்துச் சோறும் வைத்துக் கொடுக்கின்றனர். அதற்குத் தனியாகக் கட்டணம் செலுத்த வேண்டும்.

கூகுள் டொமைன்ஸின் இன்டர்ஃபேஸ் பிற போட்டியாளர்களை விட மிகவும் எளிமையானது. எனவே இது பயனாளர்களிடையே பெரும் வரவேற்பைப் பெற்றிருக்கிறது. கூகுள் டொமைன்ஸ் திடீரென்று விற்கப்படும் என்று யாருமே எதிர்பார்க்கவில்லை.

தற்போது கூகுள் டொமைன்ஸ் வலைப்பக்கத்தில் பெயர்களைத் தேடும் போதே ஸ்கொயர்ஸ்பேஸ் உடனான ஒப்பந்தம் குறித்த அறிவிப்பு காட்டப்படுகிறது. இனி வரும் நாட்களில், கூகுள் டொமைன்ஸின் வாடிக்கையாளர்கள் ஸ்கொயர்ஸ்பேஸின் வாடிக்கையாளர்களாக மாறிவிடுவர். எனவே கட்டணம் மற்றும் அனைத்துச் சேவைகளும் ஸ்கொயர்ஸ்பேஸாலேயே நிர்வகிக்கப்படும் என்றும் தெளிவாகக் கூறப்பட்டுள்ளது.

இது போன்ற வாங்குதலும் விற்றலும் சாப்ட்வேர் துறையில் சகஜம் தான். இருந்த போதிலும் கூகுள் போன்றதொரு ப்ராண்ட் மதிப்பிற்காக அவர்களிடம் டொமைன் வாங்கியோர்க்கு இது ஏமாற்றமாகவே இருக்கும். ஆயினும், இந்த மாற்றம் நிகழும் வேளையில் பயனாளர்களுக்கு எந்தவொரு சிரமமும் ஏற்படாது என்று கூகுள் உறுதியளித்துள்ளது. சில காலத்திற்குக் கூகுளின் கட்டமைப்பிலேயே டொமைன் பதிவுகள் இருக்குமென்றும்

அறிவிக்கப்பட்டுள்ளது. பின்னர் இது முழுமையாக ஸ்கொயர்ஸ்பேஸ் வசம் செல்லும்.

டொமைன் விற்பதென்பது மிகவும் போட்டி நிறைந்த ஒரு துறை. இதன் மூலம் வருகின்ற லாபம் என்பது சொற்பமே. எனவே தான் இதிலிருந்து கூகுள் வெளியேறுவதாகக் கூறப்படுகின்றது. மேலும் அவர்களது தற்போதைய திட்டப் பாதையில் இந்த டொமைன் வணிகம் ஒத்திசையவில்லை என்றும் கூறப்பட்டுள்ளது.

ஸ்கொயர்ஸ்பேஸ் தரப்பிலிருந்தும் வாடிக்கையாளர் நலன்கள் முற்றிலும் பாதுக்காக்கப்படும் என்கின்றனர். அடுத்த ஒரு வருடத்திற்கு இப்போதைக்கு இருக்கும் அதே கட்டணமே வசூலிக்கப்படும் என்றும் தெரிவிக்கின்றனர். அதன் பின்னர் மாற்றம் வரலாம்.

பெரு நிறுவனங்கள் செய்து கொள்ளும் ஒப்பந்தங்களில் பயனாளர்கள் பந்தாடப்படுவது வாடிக்கைதான். நிறுவனங்கள் லாப நோக்கில் செயல்படுவதுதானே இயல்பு.

ஒரு வாடிக்கையாளராய் நான் எதுவுமே கேட்க இயலாதா எனச் சீறுவோர், "அனைத்துக் கட்டுப்பாடுகளுக்கும் உடன்படுகின்றேன் எசமான்" என்று ஒப்புக்கொண்டு தான் உள்நுழைந்தோம் என்பதை மறக்கலாகாது.

"பறவைகளுக்கும் துறவிகளுக்கும் நிரந்தர சரணாலயம் இருப்பதில்லை" என்றொரு வசனம் அன்பே சிவம் திரைப்படத்தில் வரும். பறவைகள் துறவிகள் வரிசையில் தற்போது டொமைன்களும்.

25. ஏ.ஐ என்னும் மண்புழு

மனிதனின் அடிப்படைத் தேவைகளில் முதன்மையானது உணவு. உணவை உருவாக்கும் அறிவியல்தான் வேளாண்மை. மிகவும் தொன்மையானது. ஆயினும் காலந்தோறும் பல்வேறு மாற்றங்களுடன் நவீனமடைந்து கொண்டேதான் வந்துள்ளது. இப்பூவுலகில் வாழும் எண்ணூறு கோடி மக்களின் அன்றாடப் பசியைத் தணிக்கின்றது. மனிதன் பகுத்துண்டு பல்லுயிர் ஓம்பவும் வகை செய்வது விவசாயம்தான்.

தகவல் தொழிநுட்பம் நமது வாழ்வின் அனைத்து அம்சங்களையும் மேம்படுத்தி வருகிறது. அவ்வாறிருக்கையில் விவசாயம் மட்டும் எப்படி விதிவிலக்காக முடியும்? சொல்லப் போனால் சமீப காலங்களில் தகவல் தொழில்நுட்பத்தால் பெரும் பலன் அடைந்துள்ள துறைகளில் ஒன்று விவசாயம். அதிலும் மிகவேகமாய் வளர்ந்து வரும் செயற்கை நுண்ணறிவுத் தொழில்நுட்பம் விவசாயிகளுக்கும் பயனளிக்கத் தொடங்கியுள்ளது. விவசாயிகளின் முதன்மையான குறிக்கோள்கள் இரண்டு. விளைச்சலை அதிகப்படுத்துதல். அதேவேளையில் உற்பத்திச் செலவைக் கட்டுப்பாட்டுக்குள் வைத்தல். இவ்விரண்டு குறிக்கோள்களையும் அடைந்திட செயற்கை நுண்ணறிவுத் தொழில்நுட்பம் விவசாயிகளுக்குக் கைகொடுக்கும் வல்லமை கொண்டது.

விவசாயத் துறையின் முக்கியப் பிரச்சனைகளில் ஒன்று வேலைகளைச் செய்யத் தேவைப்படும் மனித ஆற்றல் தட்டுப்பாடு. நமது கிராமப் புறங்களில் பணியாட்கள் இல்லாமல் விவசாயச் செயல்பாடுகள் தடைபடுவது அன்றாட நிகழ்வாகியுள்ளது. இந்தச் சிக்கலைத் தொழில்நுட்பத்தின் பயன்பாடு வெகுவாகக் குறைக்கும்.

விதைகள், உரங்கள், நீர், மண்வளம் இவையாவும் விவசாயத்தின் அடிப்படை உள்ளீடுகள். இந்த வரிசையில் சேர்ந்துள்ளது 'தகவல்.' சரியான தகவல் சரியான நேரத்தில் கிடைக்கப் பெறுவது மிக அவசியம். இத்தகவல்கள் மூலம் எடுக்கப்படும் முடிவுகள் பெரும் பலன் தருவன. ஏ.ஐ தொழில்நுட்பத்தின் சிறப்பம்சம் தகவல்களைச் சரியான முறையில் ஆராய்ந்து பயன் தரும் முடிவுகளைப் பரிந்துரைப்பது. புவி வெப்பமயமாதலைத் தொடர்ந்து பருவநிலை மாற்றங்கள் ஏற்பட்ட வண்ணமே உள்ளன. பருவநிலை குறித்த தகவல்களை முன்னறிவிப்பு செய்து விவசாயிகள் சரியான முடிவுகளை எடுத்திட செயற்கை நுண்ணறிவுத் தொழில்நுட்பம் உதவுகிறது.

விவசாயத் தொழில்நுட்பத்தில் பெருவளர்ச்சி பெற்றுள்ள நாடுகளில் வயல் மேலாண்மை மென்பொருள்களைத் பயன்படுத்தத் தொடங்கியுள்ளனர். இதன் மூலம் விரயத்தைக் குறைத்து செலவுகளைப் பெருமளவில் கட்டுப்படுத்துகின்றனர். காளைமாடுகளில் ஏர் பூட்டி உழுதோம் முன்பெல்லாம். இப்போது பெருமளவில் ட்ராக்டர்கள். இதன் ஏ.ஐ அவதாரம் தான் ஓட்டுநரில்லா ட்ராக்டர்கள். தானியங்கி ட்ராக்டர்கள். "இது என் நிலம். இதோ மேப்" எனக் கொடுத்துவிட வேண்டும். பின்னர் நேவிகேஷன் தொழிநுட்பத்தைப் பயன்படுத்தி தானாகவே உழும். இதனைச் செய்ய மனித ஆற்றலைப் பயன் படுத்தத் தேவையில்லை. ஏர்பூட்டத் தொடங்கியுள்ளது ஏ.ஐ.

ட்ரோன்கள் விவசாயத் துறையில் பெருமளவு உதவிட முடியும். மருந்துகளைத் தெளிக்கும் ட்ரோன்கள் உள்ளன. அதிலும் ஸ்மார்ட் ஸ்பேரயர்கள். இவை எங்கு, எவ்வளவு மருந்தினைத் தெளிக்க வேண்டுமென்று தெளிவாகச் செய்யும். இதனால் பூச்சிக்கொல்லி மருந்தின் விரயமும் குறையும். தேவைக்கு மட்டுமே பயன்படுத்துவதால் அவற்றால் ஏற்படும் எதிர்மறை விளைவுகளும் கட்டுக்குள் வரும்.

கம்ப்யூட்டர் விஷன் என்றொரு ஏ.ஐ தொழில்நுட்பமுள்ளது. இது மனிதனின் பார்வை எவ்வாறு செயல்படுகின்றதோ அது போன்றதொரு ஆற்றலைக் கருவிகளுக்குக் கொடுக்கும். இந்தியா நிலவின் தென்துருவத்தில் வெற்றிகரமாய் தரையிறக்கிய விக்ரம் லேண்டரிலும் இந்தக் கம்ப்யூட்டர் விஷன் தொழில்நுட்பம்தான் பயன்பட்டது. இங்கிருந்து லட்சக்கணக்கான கிலோமீட்டர்கள் தொலைவில் உள்ள நிலவில் இருக்கும் கருவியையே துல்லியமாய்க் கட்டுப்படுத்த முடியும் என்றால் நமது வயலின் மேல் பறக்கும் ட்ரோன்களைக் கட்டுப்படுத்த முடியாதா என்ன? இது தவிர விதைத்திடும் பணிகளிலும் ட்ரோன்கள் பயன்படுத்தப் பட்டு வருகின்றன. மிகச் சரியான இடத்தைத் தேர்ந்தெடுத்து போதுமான பயிரிடைவெளியை உறுதி செய்வதிலும் ஏ.ஐ உதவிட இயலும்.

“இன்டெர்நெட் ஆஃப் திங்க்ஸ்” (IoT) என்றொரு தொழில்நுட்பம் உள்ளது. சின்னச் சின்ன சென்சர்களை வயல் வெளியில் ஆங்காங்கே பதிக்க வேண்டும். அவற்றின் மூலம் மண்ணின் ஈரத்தன்மை, வெப்பநிலை போன்றவற்றை உடனுக்குடன் அறிந்திட இயலும். மேலும் பூச்சித் தாக்குதல் போன்றவற்றை கண்டறிவதிலும் இந்தத் தொழில்நுட்பம் பயனளிக்கிறது. இங்கும் சென்சர்கள் மூலம் திரட்டப்படும் தகவல்களை ஆராய்வது செயற்கை நுண்ணறிவே.

களைகளைக் கண்டறிந்து நீக்குவதிலும் ஏஐ தொழில்நுட்பம் பயன்படுத்தப் படுகின்றது. இங்கும் கம்ப்யூட்டர் விஷன்தான். இந்த விஷன் அமைப்புகளுக்குப் பின்னுள்ள மெசின் லேர்னிங் மாடல்கள் களையெது, பயிரெது எனத் மிகத் துல்லியமாகக் கண்டறியும் ஆற்றல் கொண்டவை. நீர்ப்பாசன மேலாண்மை செய்வதிலும் ஏ.ஐ தொழில்நுட்பம் உதவுகிறது. பாசன நேரம், அளவு, வேகம் ஆகியவற்றை கணக்கிடுதலையும் செயற்கை நுண்ணறிவு செவ்வனே செய்திடும். வாடிய பயிரைக் கண்ட போதெல்லாம் வாடுவதோடு மட்டும் நின்று விடாமல், அவை வாடாமல் இருக்க ஆவன செய்யவும் ஏ.ஐயால் முடியும்.

நீர்விரயம் ஏற்படுவதையும் உடனுக்குடன் கணக்கிட முடியும். நீர் உயிர்த் தேவை. அதை விரயம் செய்வதென்பது வெறுமனே பணம் மட்டுமே சம்பந்தப்பட்டது அல்ல. நம்மால் உருவாக்க

இயலாத நீரை விரயம் செய்வது, வருங்காலச் சந்ததியினருக்கு நாம் செய்திடும் துரோகம். எனவே நீர் மேலாண்மை தான் இன்னும் சில வருடங்களில் அனைத்தையுமே விட முதன்மைக் குறிக்கோளாக இருக்கும். நீரின்றி அமையாது உலகு.

விவசாயத்தின் ஒருங்கிணைந்த பகுதியாக இருப்பது ஆடு, மாடு, கோழி போன்ற கால்நடை வளர்ப்பு. இவற்றைக் கண்காணிக்கவும் செயற்கை நுண்ணறிவுத் தொழில்நுட்பம் வளர்ந்து வருகிறது. தானியங்கிக் கண்காணிப்பு மூலம் கால்நடைகளுக்கு ஏற்படும் நோய்களை அறிந்திட இயலும்.

நோய் வருமுன் காப்பது தானே சிறப்பு. கால்நடைகளின் நடவடிக்கைகளைக் கண்காணித்து அவை சராசரியாக இல்லாதபோது தனிக் கவனம் செலுத்துவது போன்ற செயல்பாடுகளால் நோய் வருமுன்னரோ அல்லது முற்றிடும் முன்னரோ கண்டறிந்திட இயலும்.

விளைச்சல் பொருட்களைத் தரம் பிரிப்பதிலும் ஏ.ஐயின் பயன்பாடு உள்ளது. இங்கும் கம்ப்யூட்டர் விஷன் மற்றும் அதன் உட்பொருளாய்ச் செயல்படும் மெஷின் லேர்னிங் மாடல்கள் தான் துணை புரிகின்றன. என்ன பயிரிடலாமென முடிவெடுத்தல். எந்த ரகம் எனத் தேர்ந்தெடுத்தல். எந்த அளவு என்று கணக்கிடுதல். உழுதல். விதைத்தல். நீர்ப்பாய்ச்சுதல். களை எடுத்தல். மருந்து தெளித்தல். விளைச்சலைத் தரம் பிரித்தல். இவ்வாறு விவசாயத்தின் அனைத்துப் படிநிலைகளிலும் செயற்கை நுண்ணறிவு பங்காற்றிட முடியும்.

புதிய தொழில்நுட்பம்மீதான பயம் மற்றும் அதனால் ஏற்படும் தயக்கம் இவையிரண்டையும் கடந்தால் விவசாயத்தில் பசுமைப் புரட்சிபோல டிஜிட்டல் புரட்சியும் நிச்சயம். விவசாயிகளுக்கு உரிய பயிற்சி வழங்குவதும், அவர்களின் தேவைக்கேற்ப நிதியுதவி செய்தலும் மிகவும் இன்றியமையாதது.

இனி விவசாயியின் நண்பன் மண்புழு மட்டுமேயல்ல. செம்மையாய் வளர்ந்து வரும் செயற்கை நுண்ணறிவுத் தொழில்நுட்பமும்தான். “கடைசி விவசாயி”க்கு தேசிய விருது கொடுத்து விட்டோம். மகிழ்ச்சி. ஆனால் அதனினும் அவசியம் இன்றைய விவசாயிகளுக்கு நாளைய தொழில்நுட்பத்தைப் பரிசளிப்பது.

26. டிஜிட்டல் மணிமேகலை

இந்தியாவுக்கு முதலிடம். உக்ரைன் இரண்டாமிடம். தென் ஆப்ரிக்கா மூன்றாவது.

"என்னவாயிருக்கும்?..." என்றுதானே யோசிக்கின்றீர்கள்.?

உலகெங்கிலுமுள்ள நாடுகளில் மக்கள் சமைப்பதற்காகச் சராசரியாக எவ்வளவு நேரம் செலவிடுகின்றனர் என்றொரு ஆராய்ச்சி நடத்தியிருக்கின்றனர். சாப்பிட அல்ல மக்களே. சமைக்க. அந்தப் பட்டியலின் முதல் மூன்று நாடுகள்தான் இந், உக், தெஆ. இந்தியர்கள் வாரத்திற்கு 13.2 மணி நேரம், உக்ரைன்காரர்கள் ஜஸ்ட் மிஸ் 13.1, தென் ஆப்ரிக்கர்கள் 9.5.

சமைத்துச் சாப்பிடுவது என்பது வெறுமனே ருசி மட்டுமே சார்ந்ததன்று. சமைத்த உணவைச் சாப்பிடத் தொடங்கியதே மனிதன் நோய்களிலிருந்து தப்பித்து ஆரோக்கியமாக நீண்ட காலம் வாழ வழி செய்தது. ஆயுட்காலம் அதிகரித்ததாலேயே மனிதகுலம் இன்றிருக்கும் நிலையை அடைய நேர்ந்திருக்கிறது. சில காலம் முன்புவரை கூடச் சமையலும், அது சார்ந்த அடுப்பங்கரையும் பெண்கள் மட்டுமே சம்பந்தப்பட்டது என்பதுபோலக் கருதப்பட்டு வந்தது. ஆனால் சமீப காலங்களில் இந்நிலைமை மாறியுள்ளது. மேற்படிப்பு மற்றும் வேலை நிமித்தமாக வெளியூர்கள், வெளிநாடுகளில் தனியாகத் தங்கும்

சூழல் ஏற்பட்டுள்ளது. எனவே சமைக்கத் தெரிந்திருப்பது மிக முக்கியத் திறனாக மாறியிருக்கிறது.

ஆணாகினும் சரி, பெண்ணாகினும் சரி. உங்களுக்குச் சமைக்கத் தெரியாது என்றால், எழுதப்படிக்கத் தெரியாது என்பது போல் வெட்கப்பட வேண்டிய விஷயம் தான். “நானெல்லாம் நல்லா சாப்டுவேன். ஆனா குக்கிங்லாம்... ஐ யம் சாரி...” என்று மெல்லியதொரு பெருமையுடன் சொல்லிக் கொள்ளும் காலமெல்லாம் மலையேறிவிட்டது.

நெருப்பில் விழுந்த மாமிசத் துண்டின் ருசி கூடியதை எதேச்சை யாக ஆதி மனிதன் அறிந்து கொண்டான். இதுதான் சமையலின் பரிணாம வளர்ச்சியில் முதல் படி. வெறுமனே நெருப்பு மட்டுமே இருந்தால் போதும், சமைத்து விடலாம். இப்படி ஆரம்பித்த சமையல் படிப்படியாக வளரத் தொடங்கியது. எவ்வளவு நேரம்? என்ன சூடு? என்றெல்லாம் கூர்ந்து நோக்கத் தொடங்கினான். பின்னர், எவற்றையெல்லாம் சேர்த்துச் சமைக்கலாம் என்றொரு கேள்வி பிறந்தது. எவற்றையெல்லாம் சேர்க்கக் கூடாது என்றும்.

அறிவியல் பார்வையில், சமையல் ஒரு என்பது பெர்முடேஷன் காம்பினேஷன் ப்ராப்ளம். சேர்க்கும் பொருட்கள், அவற்றின் அளவு, சேர்க்கும் வரிசை, சமைக்கும் கால அளவு இவை தான் வேரியபில்கள். இவற்றின் பலப்பல காம்பினேசன்கள் தான் வெவ்வேறு ரெசிப்பிகள்.

சமையலை எளிதாக்க காலந்தோறும் அறிவியல் கைகொடுத்தே வந்திருக்கிறது. தீயின் அளவையும் அதனால் விளையும் சூட்டையும் துல்லியமாகக் கட்டுப்படுத்தும் அடுப்புகள் அறிவியலின் கொடை. முழுமையான எரிதலை உறுதி செய்வதால், சமையலறையில் ஏற்படும் புகையின் அளவு மிக மிகக் குறைந்துள்ளது.

கை சுடாத பிடிகள் கொண்ட பாத்திரங்கள் எவ்வளவு முக்கியமென்று, வேகமாய்ப் பொங்கும் பால், பாத்திரத்திலிருந்து அடுப்புக்குச் செல்லாமல் காப்பாற்றியவர்களுக்கு மட்டுமே தெரியும். காப்பாற்றாதோர்க்கு, அன்றைய தினம் மறக்க இயலாதவொரு அர்ச்சனை தினமாக மாறியிருக்கக்கூடும்.

முன்பெல்லாம் புதிதாய் சமைக்கத் தொடங்குபவர்கள், ‘சமைத்துப் பார்...’ என்றொரு புத்தகம் வாங்குவார்கள். இன்றெல்லாம் நேரடியாக யூ-ட்யூப்தான். எத்தனை எத்தனை சேனல்கள். சமையல் சேனல்கள்தான் அதிகப் பார்வையாளர்களைக் கொண்டவையாக உள்ளன. ‘சமைத்துப் பார்’ என்பதிலிருந்து, யூ-ட்யூப் ‘பார்த்துச் சமை’ என்று முன்னேறியிருக்கிறோம்.

அடுப்படியில் வைப்பதற்குத் தோதாக ஸ்மார்ட் ஃபோன் ஸ்டாண்ட் எல்லாம் வந்துவிட்டது. அதில் உங்கள் ஃபோனை வைத்தபடி சமைக்கலாம். வீடியோவைப் பாஸ் செய்து, பாஸ் செய்து நீங்களும் சமையலில் பாஸாகிவிடலாம். இதுபோக இப்போதெல்லாம் ஸ்மார்ட் குக்கிங் கேஜட்கள் வந்துவிட்டன. இவை ஐ.ஓ.டி எனப்படும் இன்டெர்நெட் ஆஃப் திங்க்ஸ் என்னும் தொழில்நுட்பத்தின் துணையுடன் இண்டர்நெட்டுடன் இணைக்கப்படுகின்றன. உதாரணமாக ஸ்மார்ட் ரெப்ரிஜெரெட்டர் ஒன்றை உங்கள் மொபைல் ஃபோனின் துணையுடன் எங்கிருந்து வேண்டுமானாலும் கட்டுப்படுத்தலாம். உள்ளிருக்கும் பொருட்கள் குறித்த தகவல்களையும் பெறலாம்.

இதேபோல ஸ்மார்ட் குக்கர்கள் மற்றும் ஸ்மார்ட் ஓவன்கள் வந்துவிட்டன. நீங்கள் மதியம் ஒரு மணிக்கு வீட்டுக்கு வருவீர்கள் என்று வைத்துக் கொள்ளுங்கள். காலையில் வைத்த சாதத்தை நீங்கள் சாப்பிட விரும்பவில்லை. என்ன செய்யலாம்? அரிசியையும் தண்ணீரையும் ஸ்மார்ட் குக்கரில் நீங்கள் கிளம்பும்முன் வைத்துவிட்டால் போதும். ஒரு மணிக்குப் பதினைந்து நிமிடங்கள் முன்பு குக்கர் தானாக ‘ஆன்’ ஆகி சுடச் சுடச் சாதம் பொங்கி, உங்களுக்காகவே வழிமேல் விழி வைத்துக் காத்திருக்கும். மொபைல் மூலம் தூரத்திலிருந்தே என்ன நடக்கிறது என்றறியும் வசதியும் வந்துவிட்டது.

தோசை சுடுவதற்கெனப் பிரத்தியேகமாக வடிவமைக்கப்பட்ட ப்ரிண்ட்டர்கள் எல்லாம் இருக்கின்றன. இவற்றையும் இண்டர்நெட் வழியே கட்டுப்படுத்தலாம். எத்தனை தோசை, என்ன அளவு, பதமென்ன என்றெல்லாம் கட்டளையிடலாம். சலிக்காமல் சுடச்சுடச் தோசைகளை சுட்டுத் தள்ளும்.

இன்றிரவு என்ன சமைப்பது என்பது மில்லியன் டாலர் கேள்வி. இந்தக் கேள்விக்கு எப்போதும் மவுசு குறைவதில்லை. உங்களிடம் இப்போதைக்கு இருக்கும் பொருட்களைக் கொண்டு என்ன சமைக்கலாம் என்று பரிந்துரை செய்யும் ஏ.ஐ அப்ளிகேஷன்கள் வந்துவிட்டன. இந்த (https://letsfoodie.com/ai-recipe-generator/) லிங்க்கில் ஒரு ஏ.ஐ. ரெசிப்பி ஜெனரேட்டர் உள்ளது. உங்களிடம் என்ன இருக்கிறதென்று சொன்னால் மட்டும் போதும். செயற்கை நுண்ணறிவின் துணையுடன் சமையல் குறிப்பு ஒன்றை உருவாக்கிக் கொடுக்கும். மேலே சொன்ன டூலை விட இன்னும் நிறையவே வசதிகள் கொண்ட டூல் தான் “செஃப் ஜிபிடி” (ChefGPT : https://www.chefgpt.xyz/pantryChef)

இதில் நீங்களை சமையல் பொருட்களைத் தேர்ந்தெடுக்கலாம். உங்களின் அடுப்படியில் என்ன மாதிரியான அடுப்பு உள்ளதென்று தேர்ந்தெடுக்கலாம். சமைக்கும் நேரத்தையும் உள்ளீடு செய்யலாம். அதோடு சமையற் கலையில் உங்களின் நிபுணத்துவத்தையும் குறிப்பிடலாம். இவற்றையெல்லாம் உள்ளீடு செய்தபிறகு, செஃப் ஜிபிடி, நீங்கள் என்ன சமைக்கலாம் என்பதற்கான சமையல் குறிப்பை வழங்கும். இதில் ஒவ்வொரு படிநிலையும் தெளிவாக விளக்கப்பட்டிருக்கும்.

சமையல் என்பது வீடுகளில் மட்டுமே செய்யப்படுவது அல்ல. சமையல் என்பது இன்றைக்கு பல்லாயிரம் கோடிகள் புரளும் இண்டஸ்ட்ரி. நிறையப் பேருக்காகப் பெரிய அளவில் சமைக்கும்போது உதவுவதற்கான ஏ.ஐ சாஃப்ட்வேர்களும் உள்ளன. இவற்றின் முக்கியக் குறிக்கோள் ருசியில் குறைவு இல்லாமல், விரயமின்றி எவ்வாறு சமைப்பது என்பதுதான்.

நாளை இந்த நகரத்தில் இத்தனை பேர் பிரியாணி சாப்பிடப் போகிறார்கள் என்று கணிக்கும் வல்லமை கொண்ட ஏ.ஐ மாடல்கள் உள்ளன. இவற்றைத்தான், நாம் உணவை ஆர்டர் செய்யும் மொபைல் ஆப் நிறுவனத்தினர் பயன்படுத்துகின்றனர். ஹோட்டல்களுக்கு இந்த எண்ணிக்கையை அறிவித்தல், பிரியாணிப் பிரியர்களுக்குக் குறித்த நேரத்தில் விளம்பரம் காட்டி அவர்கள் ஆர்டர் செய்வதை உறுதி செய்தல் இவை யாவும் ஏ.ஐயின் கைங்கரியங்களே.

நமக்காய் விருப்பம் தோன்றி நாமே தானாக ஆர்டர் செய்து சாப்பிட்டோம் என்று தான் நாம் நினைப்போம். ஆனால் நம்விருப்பத்தின் சூட்சுமக் கயிறு பிரண்டமான ஏ.ஐ எஞ்ஜின்களிடம் உள்ளது. ஆட்டுவித்தால் யாரொருவர் ஆடாதாரே கண்ணா?

இப்போதெல்லாம், இஷ்டப்பட்டதைச் சமைப்பதைவிட இன்ஸ்ட்டாவில் போடுவதற்காகச் சமைப்பதும் பரவலாகியுள்ளது. "இன்ஸ்ட்டாகிராமபில் ஃபுட்" என்றொரு புதிய சொல்லாடலும் 2K கிட்ஸ்களிடம் பிரபலமாகியுள்ளது.

சமைப்பதை விடக் கடினமானது சமையல் செய்த பாத்திரங்களை எல்லாம் சுத்தமாகக் கழுவுவது. இதையும் எளிமையாக்க, ஏ.ஐ உதவிடன் இயங்கும் டிஸ் வாஷர்கள் வந்துவிட்டன. இவை பாத்திரத்தில் படிந்திருக்கும் கறையின் அளவு, பாத்திரத்தின் வடிவம் போன்றவறிற்கேற்ப வெவ்வேறு விதமாகச் செயல்படும் வண்ணம் வடிவமைக்கப்படுகின்றன.

எவரொருவரின் மனதையும் கவரும் எளிய வழி ருசி தான். ருசி என்பது ஐம்புலன்களும் சார்ந்தது. கண்ணுக்கு நிறம், மூக்கிற்கு வசீகரிக்கும் மனம், விரல்கள் வழித் தொடுதல், காதுகளுக்கு உணவின் இசை. கண்டுகேட்டு உண்டுயிர்த்து உற்றறியும் ஐம்புலனும் உணவின் கண்ணும் உண்டு.

அள்ள அள்ளக் குறையாத அமுத சுரபியாய் தொழில்நுட்பம் நம் வாழ்வில் சுவைசேர்க்கத் தொடங்கியுள்ளது. மணிமேகலையை வெளியில் வேறெங்கிலும் தேடாதீர்கள்.

27. கனவிற்குள் வரும் கனவு

உலகம் உள்ளங்கைக்குள் வந்துவிட்டது. ஸ்மார்ட்ஃபோனிலேயே எல்லாமும் கிடைக்கிறது. ஆயினும் ஊர் சுற்றக் கிளம்பும் சுற்றுலா என்றாலே அனைவருக்கும் ஆனந்தம் தான். நாடுகள் கடந்து, கண்டங்கள் கடந்து பூமிப்பந்தின் எந்தவொரு புள்ளிக்கும் சென்று வருவது முன்பிருந்ததைவிட எளிமையாகியிருக்கிறது. ஆகவே சுற்றுலாக்கள் பெருகியுள்ளன. சுற்றுலா மாபெரும் வணிகமாக வளர்ந்துள்ளது. உலகின் ஒட்டுமொத்த ஜி.டி.பியில் சுற்றுலாவின் பங்கு எட்டு சதமானம். கடந்த ஆண்டில் மட்டும் இரண்டு கோடி புதிய வேலைவாய்ப்புகளைச் சுற்றுலாத் துறை உருவாக்கியுள்ளது.

கொரோனாவை நாம் வெற்றி கொண்ட பின்னர் மீண்டும் அசுர வேகமெடுக்கத் தொடங்கியுள்ளது சுற்றுலாத் துறை. சுற்றுலா என்பது பயணிகளுக்கு இனிமையான அனுபவங்களை விற்கும் துறை. சொகுசாக, எந்தச் சிரமமுமின்றி சென்றுவர வேண்டும் என்பதில் இளைய தலைமுறையினர் தெளிவாக உள்ளனர். நமது சுற்றுலா அனுபவத்தை மேலும் இனிமையாக்குவதற்குப் பல்வேறு தொழில்நுட்பங்கள் வந்துவிட்டன.

டிஜிட்டல் டூரிசம் என்பது சுற்றுலாவை இனிமையாக்க நமக்கு உதவி செய்யும் அனைத்துத் தொழில்நுட்பங்களின்

தொகுப்பு. டிஜிட்டல் டூரிசத்தில் சுற்றுலாவின் எல்லாச் செயல்பாடுகளையும் திட்டமிட சாப்ட்வேர்கள் உள்ளன. நான்கைந்து நண்பர்கள் சேர்ந்து செல்லும் சுற்றுலாவில், எங்கே செல்வது என்று முடிவெடுப்பது தான் பெரும் பிரச்சனை. இதை எளிமையாக்கத் தகவல் தொழில்நுட்பம் பெரிதும் துணை புரிகிறது.

நமது பட்டியலில் உள்ள எந்தவொரு இடம் குறித்த தகவல்களையும் ஒரே க்ளிக்கில் பெற்றுவிட முடிகிறது. அவ்விடம் குறித்த புகைப்படங்கள் எவ்விதச் சிரமுமின்றி அணுகும் வகையில் இணையத்தில் கொட்டிக் கிடக்கின்றன.

“கூகுள் மேப்” குறித்து அறியாதவர்கள் மிகவும் குறைவு தான். ஆயினும் அதனை முழுமையாகப் பயன்படுத்துவர்கள் சிலரே. கூகுள் மேப் வழங்கும் சிறப்பான வசதி “ஸ்ட்ரீட் வ்யூ”. உலகின் பெரும்பகுதியைத் முந்நூற்று அறுபது டிகிரி கோணத்தில் படமெடுத்து வைத்துள்ளது கூகுள் மேப்.

நீங்கள் பயணிக்க விரும்பும் இடத்தின் பெயரைத் தட்டி, ‘எனக்குத் தெருத் தெருவாகக் காட்டு’ என்று கட்டளையிடுங்கள். துல்லியமான படத்தை மேப் காட்டும். நீங்கள் அந்தத் தெருவில் நிற்பது போன்றதொரு உணர்வை ஸ்ட்ரீட் வ்யூ தரும். உங்களைச் சுற்றி எட்டுத் திசைகளிலும் என்னென்ன இருக்கின்றதென்பதைப் பார்க்கலாம். சில காலம் முன்பு வரை இந்தியாவில் ஸ்ட்ரீட் வ்யூ இல்லை. இப்போது இந்திய நிலப்பரப்பின் பெரும்பகுதி ஸ்ட்ரீட் வ்யூவில் வந்துவிட்டது. நீங்கள் இதுவரை ஸ்ட்ரீட் வ்யூ பயன்படுத்தியதில்லையென்றால் நிச்சயம் முயன்று பாருங்கள். உலகின் எந்த நாட்டில் உள்ள எந்தவொரு தெருவுக்கும் நொடியில் செல்லலாம்.

இதுபோக இணைய இணைப்பு இல்லாத இடங்களுக்காக “ஆஃப் லைன் மோட்” உள்ளது. தேவைப்படும் இடத்தின் மேப்பை உங்களின் கருவிக்கே தரவிறக்கிக் கொள்ளலாம். தற்போதைய ட்ராபிக் குறித்த தகவல்கள், காலநிலை அறிவிப்புகள் அனைத்தையுமே அறியலாம். இதையெல்லாம் முன் கூட்டியே அறிந்து கொள்வதன் மூலம் நீங்கள் செல்ல விரும்பும் இடம்குறித்த புரிதல் ஏற்படும்.

இடத்தை முடிவு செய்தபின்னர் பயணம் மற்றும் தங்கும் இடம்குறித்த திட்டமிடல்கள். இதற்காகப் பல்வேறு ஆன்லைன் புக்கிங் தளங்கள் உள்ளன. பல்வேறு ஹோட்டல்களை ஒப்பிட்டு அவை தரும் வசதிகள், கட்டணம், சென்று வந்தவர்களின் ரிவ்யூக்கள் ஆகியவற்றைத் தெரிந்து கொள்ள முடிகிறது. இதன் மூலம் நாம் தேவை இல்லாமல் அதிகக் கட்டணம் செலுத்துவதைத் தவிர்க்கலாம்.

உங்களின் சுற்றுலாவை முழுமையாகத் திட்டமிடும் செயற்கை நுண்ணறிவுத் தளங்களும் வந்துவிட்டன. இந்த ஊர், இத்தனை நாள், இவை என் ஆர்வம் என்று தெரிவித்துவிட வேண்டும். அவ்வூரில் நீங்கள் எங்கெல்லாம் சுற்றிப்பார்த்து, என்னெவெல்லாம் செய்யலாம் என்பதை ஏ.ஐ.யே வரையறுத்துத் தந்துவிடும்.

உங்களின் ஒட்டுமொத்த பயணத்திட்டத்தையும் சிறப்பாக இவை வடிவமைத்துத் தரும். உதாரணமாக https://www.roamaround.io/. இங்கு நீங்கள் செல்ல விரும்பும் இடத்தைச் சொல்லிவிட்டால், ஒரு ஏ.ஐ ட்ராவல் அசிஸ்டன்ட் உங்களின் பயணத்தைத் திட்டமிடும். நீங்கள் இந்த அசிஸ்டன்ட்டிடம் கேள்விகள் கேட்டு உரையாடலாம்.

சோஷியல் மீடியாக்களின் தாக்கமும் சுற்றுலாத் துறையில் மிக அதிகம். ‘நாம் ரசித்த இடங்களின் ஃபோட்டோக்களை அப்லோட் செய்யாவிட்டால் சுற்றுலா எதற்கு?’ என்றபடி தான் இளந்தலைமுறை வளர்ந்துள்ளது. இன்ஸ்ட்டாவிலும், ஃபேஸ்புக்கிலும் தொடர்ந்து அப்டேட் செய்வதில் ஓர் ஆனந்தம்தான்.

ஒருவரின் சுற்றுலா குறித்த சோஷியல் மீடியா போஸ்ட்கள், இன்னொருவருக்கு சுற்றுலாவிற்கான ட்ரிக்கர். முன்பெல்லாம் யாருக்கும் தெரியாமல் இருந்த பல்வேறு இடங்கள் இப்போது சோஷியல் மீடியா மூலம் பிரபலமடைந்துள்ளன. இதனால் நன்மையா, தீமையா என்றால் இரண்டும் தான். இவை போக, வீட்டை விட்டு வெளியிலேயே செல்லாமல் முழுமையும் டிஜிட்டல் மோடிலேயே பயணிக்கும் சுற்றுலாவும் உள்ளது. இவற்றிற்காக ‘விர்ச்சுவல் ரியாலிட்டி’ போன்ற தொழில்நுட்பங்கள் இருக்கின்றன.

எல்லா இடங்களுமே எல்லோருமே நேரில் எளிதில் சென்றடையும் வண்ணம் இருக்காது. குறிப்பாக முதியோர்கள், மாற்றுத்திறனாளிகள். இவர்களையும் உள்ளடக்கிய இன்க்ளூஸிவ் டூரிசத்தின் ஒரு பகுதி தான் விர்ச்சுவல் டூரிசம். இவ்வகைச் சுற்றுலா அனுபவங்களை வழங்குவதெற்கென்றே சில நிறுவனங்கள் உள்ளன. வருங்காலங்களில் இத்துறை மென்மேலும் வளர வாய்ப்புகள் அதிகம்.

பேக்ப்பேக் (backpack) டூர் என்பது 2K கிட்ஸ்களிடம் பரவலாகியுள்ளது. முதுகில் ஒரே ஒரு பையை மட்டுமே சுமந்த வண்ணம், தனியாகச் சென்று வரும் தனிச்சுற்றுலா இது. இவர்களுக்காகவே உலகெங்கிலும் ஹாஸ்டல்கள் உள்ளன. ஏதாவது ஒரு ட்ராவல் புக்கிங் தளத்தில் புகுந்து "ஹாஸ்டல்ஸ் ஃபார் பேக்ப்பேக்கர்ஸ்" என்று தட்டிப்பாருங்கள். மிகக் குறைந்த செலவில் இவ்வகை ஸோலோ டூர்களை சென்று வரவும் டிஜிட்டல் தொழில்நுட்பம் உதவுகிறது.

பயணம் என்பது வாழ்வு குறித்த நமது புரிதல்களில் மாற்றத்தை ஏற்படுத்தும் என்பது உறுதி. மாறிவரும் பணிச் சூழல்களில் பெரும்பாலானோரிடம் ஒருவகை மனஇறுக்கம் உள்ளது. இதனைத் தணிக்கும் ஒரு வடிகாலாகச் சுற்றுலாவை நாடுகின்றனர். இது போகச் சோஷியல் மீடியாவால் கட்டாயப்படுத்தப்படும் ட்ரிக்கர் டூர்களும் அதிகரித்துள்ளன.

மன அமைதி பெறச் சுற்றுலா சொல்வது நல்லது தான். ஆயினும் எங்கே சென்றாலும் நாம் நம்முடன் தானே இருப்போம். வீட்டிலிருந்து தப்பிக்கச் செல்லும் சுற்றுலா ஒரு இடைக்கால நிவாரணம்தான். திரும்பி வர ஆனந்தமாய் ஒரு வீடு இருக்கும்வரை தான் இவை இன்பச் சுற்றுலா.

வாழ்வே நாம் பூமிக்கு வந்து செல்லும் ஒரு சிறிய பயணம்தானே. அப்பயணத்திற்குள் நாம் ஏற்படுத்திக் கொள்ளும் சிறுசிறு பயணங்கள் தான் சுற்றுலா. கனவிற்குள் வரும் கனவு போலே.

28. எது இல்லையோ அது

புலன்களின் மூலம் நாம் உலகை உணர்கிறோம். நாம் காணும் உலகம், புலன்களிலிருந்து பெறும் தகவல்களைக் கொண்டு நமது மூளை உருவாக்கும் ஒரு பிம்பம். வேறொரு விலங்குக்கு இதே உலகம் பிரிதொன்றாய்த் தெரியலாம். அது அவ்விலங்குக்கான ரியாலிட்டி. மனித குலம் தோன்றிய காலந்தொட்டே, தன் அகக்கண்ணில் விரியும் ஒன்றை வெளியுலகுக்குக் கொண்டு வர முயன்று கொண்டே தான் இருக்கின்றான். உதாரணமாக ஆதிமனிதனின் குகை ஓவியங்கள் இவ்வாறான ஒரு முயற்சியே.

தான் கண்ட பெருவிலங்குகளை, தன்னை அச்சுறுத்தும் கற்பனை வடிவங்களை, தன்னை மீறிய சக்தி என்று அவன் உணர்ந்தவற்றையெல்லாம் கோட்டோவியங்களாகத் தீட்டியுள்ளான். உலகின் பல்வேறு பகுதிகளிலும் இவ்வாறான குகை ஓவியங்கள் காணக் கிடைக்கின்றன.

பல்லாயிரம் ஆண்டுகளாக இம்முயற்சி வெவ்வேறு வடிவங்களில் தொடர்ந்து நடைபெற்று வருகிறது. தொழில்நுட்பம் விஸ்வரூபம் எடுக்கத் தொடங்கியிருக்கும் இந்நாட்களில், இது புதியதொரு வடிவினைப் பெற்றுள்ளது. மெய்நிகர்த் தொழில்நுட்பம் என்றொரு துறை மிக வேகமாக வளர்ந்து வருகிறது. நாம் உணரும் ரியாலிட்டியை நமக்கு வேண்டிய வண்ணம் மாற்றிக்கொள்ளப் பயன்படுவது தான்

மெய்நிகர்த் தொழில்நுட்பம். விர்ச்சுவல் ரியாலிட்டி என்பது முன்பெல்லாம் சயன்ஸ் ஃபிக்ஷன் ரகத் திரைப்படங்களில் மட்டும் காணக்கிடைத்தது. ஆனால் தற்போது விர்ச்சுவல் ரியாலிட்டி நாம் அனைவருமே எட்டிப்பிடிக்கும் தூரத்தில் தான் உள்ளது.

நாம் உணரும் ரியாலிட்டியை முற்றிலும் மாற்றுவதுதான் விர்ச்சுவல் ரியாலிட்டி. இப்போது நீங்கள் உங்கள் வீட்டின் வரவேற்பறையில் அமர்ந்து ஒரு புத்தம் வாசித்துக் கொண்டிருக்கிறீர்கள் என்று வைத்துக் கொள்ளுங்கள். விர்ச்சுவல் ரியாலிட்டி ஹெட்செட் ஒன்றை அணிந்து கொள்வதன் மூலம், நீங்கள் எவரெஸ்ட் சிகரத்தில் ஏறும் மலைப்பாதையில் இருப்பதுபோல உணரலாம். உங்கள் தலையைப் சுற்றிப் பார்த்தால் நிஜமாகவே நீங்கள் அங்கேயே இருப்பது போலக் காட்சிகள் விரியும். ஹெட்செட் என்பது உங்களின் கண்களில் அணியும் பெரிய சைஸ் கண்ணாடி போல இருக்கும். அதற்குள் இருக்கும் திரையில் தான் இந்த மாய உலகம் விரிகின்றது.

வெறுமனே பார்ப்பது மட்டுமே அல்ல. உங்களின் கைகளில் ஒரு சிறிய சென்சர் கருவியைக் கொடுத்துவிடுவார்கள். அதன் மூலம் நீங்கள் காணும் மாய உலகில் இருக்கும் பொருட்களை உங்களின் கைகளால் தொடலாம், இயக்கலாம், இடம் மாற்றலாம். எவரெஸ்ட் சிகரத்தின் சிறிய பனிப் பாறைகளை நீங்கள் தொடலாம்.

“ஜில்லுனு இருக்குமா சார்...?” என்று கேட்காதீர்கள். நமது மூளை செய்யும் மாயம், சிலருக்கு கைகள் நடுங்கவும் செய்யலாம். இன்றைய சூழலில் விர்ச்சுவல் ரியாலிட்டி பல்வேறு துறைகளிலும் பெரும் பலனளித்து வருகிறது. மருத்துவத் துறையில் பயிலும் மாணவர்களுக்கு விர்ச்சுவல் ரியாலிட்டி மூலம் பயிற்சிகள் அளிக்கப்படுகின்றன. உண்மையில் அங்கொரு நோயாளி இருக்கவே மாட்டார். ஆனால் அம்மாணவர் விர்ச்சுவல் ரியாலிட்டி மூலம் நோய் பெற்றிருக்கும் மாய நோயாளிக்குச் சிகிச்சை அளிக்கலாம். அறுவை சிகிச்சைகள் கூடச் செய்யலாம். இதனால் மருத்துவம் பயிலும் மாணவர்களுக்கு ஏற்படும் மன அழுத்தம் குறைகிறது. தான் ஏதும் பெரும் தவறு இழைத்து நோயாளிக்கு ஆபத்து

விளைவித்துவிடுவோமோ என்றஞ்சத் தேவையில்லை. வசூல்ராஜா எம்.பி.பி.எஸ் திரைப்படத்தில் வருவது போல, ஃபாரின் பாடி ஒன்றைத் தேடி ஓடத் தேவையில்லை.

மாணவர்களின் பயிற்சிக்கு மட்டுமன்றி நேரடியாக நோயாளிகள் பயன்பெறும் விர்ச்சுவல் ரியாலிட்டியும் வந்துவிட்டது. உதாரணமாக, ஸ்ட்ரோக் நோயினால் பாதிக்கப்பட்ட ஒருவருக்குப் பயிற்சி அளிக்கும்போது, விர்ச்சுவல் ரியாலிட்டி மூலம் அவர் குணம்பெறும் வேகமும், விகிதமும் அதிகரிக்கிறது.

இதேபோல, கல்விசார் தேவைகளுக்குப் பல்வேறு துறைகளிலும் விர்ச்சுவல் ரியாலிட்டி பயன்படத் துவங்கியுள்ளது. பெரு நிறுவனங்களும் தங்களின் பணியாளர்களின் திறன் கூட்டவும் விர்ச்சுவல் ரியாலிட்டியைப் பயன்படுத்துகின்றனர்.

முற்றிலும் விர்ச்சுவல் ரியாலிட்டியை மையமாகக் கொண்ட கம்ப்யூட்டர் விளையாட்டுகள் உள்ளன. இதில் விளையாட்டு நடக்கும் சூழலிலியே நீங்கள் இருப்பது போல உணர முடியும். வாகனங்கள் வடிவமைக்கும் துறையில் மெய்நிகர்த் தொழில்நுட்பம் சிறப்பாகப் பயன்படுகிறது. உண்மையில் கார்களை உருவாக்கும் முன்னமே, விர்ச்சுவல் ரியாலிட்டி மூலம் அதன் செயல்பாடுகள், குறைபாடுகள் போன்றவற்றைக் கண்டறிய முடிகிறது.

கட்டிட வடிவமைப்புத் துறையிலும் இதேபோன்றதொரு நுட்பம் பயன்படுத்தப்படுகிறது. கட்டி முடிக்கப்படும் முன்னரே நமது அபார்ட்மெண்ட் எவ்வாறிருக்கும் என்று நம் கண்களாலேயே காணமுடிகின்றது. இதுபோக சுற்றுலாத் துறையிலும் மெய்நிகர்த் தொழில்நுட்பம் பெருமளவில் பயன்படுத்தப்படுகிறது.

விர்ச்சுவல் ரியாலிட்டி சார்புடைய பல தொழில்நுட்பங்கள் உள்ளன. ஆக்மென்ட்டட் ரியாலிட்டி என்றொரு நுட்பம். பெயர்தான் வாசிக்கக் கடினமாக இருப்பது போலத் தெரியும். ஆனால் இதை நம்மில் பெரும்பாலானோர் பயன்படுத்தியிருப்போம். நமது ஸ்மார்ட்ஃபோன் கேமராக்களில் AR ஃபில்ட்டர் என்றொன்று இருக்கும். ஸ்னாப்சாட் போன்ற அப்ளிகேஷன்களிலும் இது மிகவும் பிரசித்தம். இதன் மூலம்

நமது செல்ஃபியை நாம் வேண்டியவாறெல்லாம் மாற்றலாம். கண்ணாடி போடலாம். ஹேர் ஸ்டைல் மாற்றலாம். உடை மாற்றலாம். என்னவெல்லாமோ செய்யலாம். 2K கிட்ஸ்களிடம் கேட்டுப்பாருங்கள். சிறப்பாகச் சொல்வார்கள். ஆனால் ஆக்மென்டட் ரியாலிட்டி என்று கேட்காதீர்கள், "ஸ்னாப்சாட் ஃபில்ட்ர்னா என்ன...? எனக் கேளுங்கள்,

விர்ச்சுவல் ரியாலிட்டி என்பதில் எல்லாமே மொத்தமும் மாயம். ஆக்மென்டட் ரியாலிட்டி கொஞ்சம் மெய், கொஞ்சம் பொய். ஆக்மென்டட் ரியாலிட்டி, வழிகாட்டும் மேப் போன்ற பல்வேறு இடங்களிலும் பயனளிக்கிறது.

மிக்ஸட் ரியாலிட்டி (MR) என்றொரு வகையுள்ளது. இது ஆக்மென்டட் ரியாலிட்டியை விடவும் மேம்பட்டது. ஆக்மென்டட் ரியாலிட்டியில் உங்கள் புறச் சூழல்; அத்துடன் கொஞ்சம் டிஜிட்டல் மாயம். ஆனால் இதில் டிஜிட்டலாய் சேர்க்கப்பட்டவைகளை நீங்கள் இயக்க முடியாது. ஆனால் மிக்ஸட் ரியாலிட்டியில் இதுவும் சாத்தியம்.

மெய்நிகர்த் தொழில்நுட்பம் மிக வேகமாக வளர்ந்து வருகிறது. இத்துறைக்கான திறன் வாய்ந்த பயிற்சி பெற்ற ஆட்கள் குறைவாகவே உள்ளனர். எனவே புதிதாய் ஏதேனும் திறனை வளர்த்துக் கொள்ளலாமென எண்ணுவோர் இத்துறை சார்ந்த பயிற்சியில் சேரலாம். இத்துறை வேலை வாய்ப்புகள் அதிகரிக்கும் சாத்தியக் கூறுகள் மிகவும் அதிகம்.

தொழில்நுட்பம் நிஜ உலகிற்கும், நம் கற்பனையில் இருக்கும் அக உலகிற்கும் இடையிலான வெளியை விரைவாக நிரப்பிவருகிறது. எது நிஜம்? எது மாயம் என்று தரம் பிரிப்பது வருங்காலங்களில் இன்னும் கடினமாகிவிடும். தற்போது காதுகளில் மட்டும் ஹெட்ஃபோனை மாட்டிக்கொண்டு அலையும் நாம், கண்களுக்கும் திரையிடும் காலம் வெகுதொலைவில் இல்லை.

இந்தியத் தத்துதவ தரிசனங்களில், மாயா என்பதற்கு "எது இல்லையோ அது" என்று பொருள் கூறுகின்றனர். எது இல்லையோ, ஆனால் இருப்பதற்கு இணையான காட்சிப்பிழையை ஏற்படுத்துகிறதோ அது தான் மெய்நிகர். மாயா என்றென்றைக்கும் வலிமையானதுதான்.

29. சில்லிலே கலை வண்ணம் கண்டான்

கலை வேறு. அறிவியல் வேறு. இரண்டும் இணைகோடுகள் போலத் தொடர்ந்தாலும் ஒன்றாக இயலாது. அறிவியல் என்பது சில திட்டமிட்ட விதிகளுக்கு உட்பட்டது. ஆனால் கலை என்பது கலைஞனின் கற்பனை சார்ந்தது. எனவே சுதந்திரமான சிந்தனை தான் கலையின் ஆதார ஸ்ருதி. இப்படியெல்லாம்தான் கருதப்பட்டு வந்தது. ஆனால் சமீபத்திய செயற்கை நுண்ணறிவுத் தொழில்நுட்பப் பேரலை ஒரு பெரும் மாற்றத்தினைக் கொண்டுவந்துள்ளது.

பன்னெடுங் காலமாக மனித குலம் மட்டுமே கோலோச்சி வந்தது கலைத்துறை. முதன் முறையாக நமக்கொரு போட்டி உருவாகியுள்ளது. நாம் உருவாக்கிய ஏ.ஐ தொழில்நுட்பம் கலைப் படைப்புகளை உருவாக்கத் தொடங்கியுள்ளது. சிறுகதை, நாவல்கள் மற்றும் கவிதைகளை எழுதிடும் ஏ.ஐ வந்துவிட்டது. சாட் ஜி.பி.டியிடமோ, கூகுளின் பாடிடமோ (Bard) கேட்டால், நாம் சொன்ன வண்ணமே கதைகளை, கவிதைகளைச் செய்து தந்திடும். ஓவியங்களை உருவாக்கிடும் ஏ.ஐ தொழில்நுட்பங்கள் சில காலங்கள் முன்னர் கூடக் கிடையாது. இப்போது புற்றீசல் போலப் பல்வேறு ஓவிய ஏ.ஐகள் வந்துவிட்டன. இசையமைக்கவும், பாடல்களைப் பாடிடவும் செயற்கை

நுண்ணறிவால் முடிகிறது. வீடியோக்களையும் உருவாக்கத் தொடங்கிவிட்டது.

இவ்வாறு பல்வேறு விதமான கலைவடிவங்களைப் படைக்கும் ஏ.ஐ தொழில்நுட்பங்களை "ஜெனரேட்டிவ் ஏ.ஐ" எனப் பெயரிட்டுள்ளனர். படைக்கும் ஏ.ஐ எனச் சொல்லலாம். 'படைப்பதினால் நான் இறைவன்' என்று கவிஞர்கள் கருதினர். இன்று படைக்கும் ஏ.ஐ வந்துவிட்டது. அப்படியென்றால் அவற்றையும் ஏ.ஐச் சாமிகளாக்கிவிடப் போகின்றோமா? இக்கேள்விக்கு பதிலறிந்துகொள்ள, ஜெனரேட்டிவ் ஏ.ஐ என்பது எவ்வாறு வேலை செய்கிறது என்று தெரிந்து கொள்ள வேண்டும்.

உதாரணமாக, ஓவியம் வரையும் ஏ.ஐயை எடுத்துக்கொள்வோம். ஓவியம் வரையும் ஏ.ஐ உருவாக்கும் முதல் படி தகவல் சேகரிப்பு. இங்கு தகவல் என்பது ஓவியங்கள். விதவிதமான ஓவியங்கள். பலதரப்பட்ட ஓவியர்களால், பல்வேறு காலங்களில், வெவ்வேறு நாடுகளில் வரையப்பட்ட ஓவியங்கள். இவற்றைக் கொண்ட பெரிய சேகரம் ஒன்றை உருவாக்கிட வேண்டும். இதனை டேட்டா செட் என்கின்றனர்.

பின்னர் ஆர்ட்டிஃபீசியல் நியூரல் நெட்வொர்க்குகளின் உதவியை நாடிட வேண்டும். நியூரல் நெட்வொர்க்குகள் என்பன உயிரினங்களின் மூளையில் உள்ளதொரு அமைப்பு. மூளையின் செல்களை நாம் நியூரான்கள் என அழைக்கின்றோம். பல்லாயிரம் கோடி நியூரான்கள் மூளையில் உள்ளன. இந்த நியூரான்கள் ஒவ்வொன்றும் பிற நியூரான்களுடன் இணைக்கப்பட்டுள்ளன.

இவ்வாறான இணைப்புகள் நிரந்தரமானவை அல்ல. நீங்கள் ஒரு புதிய மொழி கற்கிறீர்கள் என்றால் இந்த நெட்வொர்க் இணைப்புகள் மேம்படுத்தப்படும். மொழி மட்டுமல்ல, எந்தவொன்றை நீங்கள் புதிதாகக் கற்றாலும் இவ்விணைப்புகள் மாற்றியமைக்கப்படும். இவ்வாறு தான் மனிதன் உட்பட்ட உயிர்களில் அனைத்து வகையான கற்றல் செயல்பாடுகள் நிகழ்கின்றன. நிற்க.

இவற்றைக் கம்ப்யூட்டர் போன்ற எந்திரங்களில், வடிவமைத்திடும் ஜாலம் தான் ஆர்ட்டிஃபீசியல் நியூரல் நெட்வொர்க்குகள்.

அதாவது மனிதன் உருவாக்கிய நியூரல் நெட்வொர்க்குகள். இவை மொத்தமாகவே கணிதத்தை அடிப்படையாகக் கொண்டவை. இவ்வாறான ஆர்ட்டிஃபீசியல் நியூரல் நெட்வொர்க்குகள் நீண்ட காலமாகவே இருக்கின்றன. ஆனால் சமீப காலமாய் ஏன் இவை சிறப்பாகச் செயல்படுகின்றன என்று கேட்டால் அவற்றிற்கு மூன்று காரணங்கள் உள்ளன.

முதலாவதாகப் பெரும் எண்ணிக்கையினாலான தகவல்களைச் சேகரிப்பது தற்போது எளிமையாகிவிட்டது. உதாரணமாகப் பத்து லட்சம் ஓவியங்களைச் சேகரிப்பது முன்பெல்லாம் மிகவும் கடினமானதொரு செயலாக இருந்திருக்கும். ஆனால் இன்று அது எளிதில் சாத்தியமாகிறது.

இரண்டாவது முக்கியக் காரணம், தற்சமயம் நமது கம்ப்யூட்டர்களில் ஜி.பி.யூ என்றவொன்று சேர்க்கப்பட்டுள்ளது. ஜி.பி.யூ என்பது கிராஃபிக்ஸ் ப்ராசஸிங் யூனிட் என்பதன் சுருக்கம். இவையும் சி.பி.யூ போன்றவை தான். ஆனால் இவற்றால் பல்வேறு செயல்பாடுகளை ஒரே நேரத்தில் செய்ய இயலும். இதைப் "பேரலல் ப்ராசஸிங்" என்று அழைக்கின்றனர்.

இவ்வகை ஜி.பி.யூக்களின் வருகையால் நியூரல் நெட் வொர்க்குகளை ஏற்படுத்தவும், செயல்படுத்தவும் தேவைப்படும் கம்ப்யூட்டிங் ஆற்றலை வழங்க இயல்கிறது. குறைவான நேரத்தில் பல்வேறு செயல்பாடுகளை முடித்து விடலாம்.

மூன்றாவது, இணைய இணைப்பின் வேகத்தில் ஏற்பட்டுள்ள முன்னேற்றம். ஓரிடத்தில் சேகரிப்படும் தகவல்கள், உலகின் வேறெந்த மூலைக்கும் உடனடியாக அனுப்பிட இயலும் வசதி ஏற்பட்டுள்ளது. எங்கோ ஒருவர் கண்டறியும் சிறிய முன்னேற்றம் அதே போன்றதொரு சிக்கலைத் தீர்க்கப் பணியாற்றும் எந்தவொரு ஆராய்ச்சிக் குழுவுக்கும் மிகக் குறைந்த நேரத்திலேயே கிடைத்துவிடுகிறது. இவை மூன்றும் தான் நியூரல் நெட்வொர்க்குகளின் சமீபத்திய முன்னேற்றத்திற்குக் காரணங்கள்.

இப்போது மீண்டும் ஓவிய ஏ.ஐக்கு வருவோம். ஆர்ட்டிஃபீசியல் நியூரல் நெட்வொர்க்குகளை நாம் வெவ்வேறு விதமாக வடிவமைக்கலாம். வடிவமைத்தபின், நாம் சேகரித்து வைத்துள்ள

பெரும் ஓவியக் களஞ்சியத்தில் உள்ள ஒவ்வொரு ஓவியமாக இந்த நெட்வொர்க்கிடம் சமர்ப்பிக்க வேண்டும்.

பார்க்கும் ஒவ்வொரு ஒவ்வொரு ஓவியத்திலிருந்தும், சில பேட்டர்ன்களை நியூரல் நெட்வொர்க்குகள் கற்றுக்கொள்ளும். எல்லா ஓவியங்களையும் பார்த்து முடிக்கும்போது அதன் நெட்வொர்க் அமைப்பானது ஒரு "லேர்னிங் மாடலை" உருவாக்கும்.

இவ்வாறான மாடல்தான், இந்த ஜெனரேட்டிவ் ஏ.ஐயின் எஞ்ஜின். இப்போது என்ன விதமான ஓவியம் வேண்டும் என்று நாம் ஒரு 'ப்ராம்ப்ட்' கொடுக்க வேண்டும். ப்ராம்ப்ட் என்பது விவரணை. துல்லியமான விவரணையைக் கொடுத்தால் நெட்வொர்க்கால் எந்தவிதமான ஓவியத்தையும் வரைய இயலும். நாம் கொடுத்திருக்கும் விவரணையைத் தன்னுடைய லேர்னிங் மாடலில் பொருத்தி நமக்கொரு ஓவியத்தை வரைந்து கொடுக்கும். ஒவ்வொரு ஜெனரேட்டிவ் ஏ.ஐக்கும் வெவ்வேறு லேர்னிங் மாடல்கள் உள்ளன. எனவே தான் நாம் ஒரே ப்ராம்ப்ட்டைக் கொடுத்தாலும் வெவ்வேறு ஏ.ஐகள் வெவ்வேறு படங்களை உருவாக்கித் தருகின்றன.

நாம் தரும் ப்ராம்ட்களுடன் சேர்ந்து, நியூரல் நெட்வொர்க்குகள் வேறு சில வேரியபில்களையும் உட்செலுத்தும். எனவே தான் ஒரே ப்ராம்ட்டுக்கு வெவ்வேறு ஓவியங்கள் கிடைக்கின்றன. இவ்வாறான நியூரல் நெட்வொர்க்குகள் நாம் கொடுக்கும் ஒவ்வொரு ப்ராம்ட்டிலிருந்தும், நமது குறிப்புகளிலிருந்தும் தொடர்ச்சியாகக் கற்றுக்கொண்டே வருகின்றன. எனவே இனிவருங்காலங்களில் இவற்றின் படைப்பாற்றல் மேலும் பெருகக்கூடும்.

கல்லிலே கலை வண்ணம் கண்ட காலம் ஒன்றிருந்தது. நமது காலம் கம்ப்யூட்டர் சில்லிலே கலை வண்ணம் காணும் காலம்.

30. புத்தம் புது வேலை வரும்

செயற்கை நுண்ணறிவு மாபெரும் வேலையிழப்பை ஏற்படுத்தப் போகிறது. இப்படியொரு பயம் பரவலாக உள்ளது. அதிலும் குறிப்பாக ஜெனரேட்டிவ் ஏ.ஐ என்னும் நுட்பம் வந்தபிறகு இவ்வாறான பயம் அதிகரித்துள்ளது. இப்பயம் முற்றிலும் அடிப்படையற்றது என்று கூறி விட முடியாது. மனிதனால் மட்டுமே செய்ய இயலும் என்று நாம் காலங்காலமாய் நம்பிவந்த பலவற்றையும் இன்று ஏ.ஐ செய்யத் தொடங்கியுள்ளது.

இதே நிலைமை தொடர்ந்தால் மனிதன் செய்யும் அனைத்துப் பணிகளையும் ஏ.ஐ செய்துவிடும். எனவே நாமெல்லாம் வேலைகளை இழந்து பயனற்ற மனிதர்களாக ஆகிவிடுவோம் என்று பீதியைக் கிளப்பும் கருத்தியலொன்று பரவலடைந்து வருகிறது. வேலை இழப்பு என்னும் இப்பயம் ஏற்படுவது இதுவே முதன்முறை அல்ல. வரலாற்றின் பல்வேறு காலக்கட்டங்களில், எப்போதெல்லாம் மனிதன் செய்யும் செயலை இயந்திரம் ஒன்று செய்ய இயலும் என்றொரு நிலை வந்திருக்கிறதோ அப்போதெல்லாம் இப்பயம் எழுந்துள்ளது.

நம் கண்முன்னேயே பல்வேறு வேலைகள் மறைந்து போயுள்ளன. நாற்பது வயதுக்கு மேலுள்ள அனைவருமே எஸ்.டி.டி, ஐ.எஸ்.டி

என்னும் தொலைபேசி மையங்களைப் பார்த்திருப்போம். குறிப்பிட்ட நேரத்திற்குக் காத்திருந்து, குறைந்த கட்டணத்தில் பேசிய கதைகள் நம்மில் பெரும்பாலானோரிடம் இருக்கும். இன்றைக்கு இவ்வகையான மையங்கள் எங்கே? காணாமல் போய்விட்டன. ஏன்? நம் அனைவரும் கைகளிலும் ஸ்மார்ட்ஃபோன் வந்ததால். இதேபோல, வரலாற்றில் கொஞ்சம் முன்னோக்கிப் போனால் பல்வேறு தொழில்களும் காணாமல் போயுள்ளன. உதாரணமாக, அலார்ம் கடிகாரம் கண்டறியும் முன், காலை வீடு தேடிவந்து எழுப்பிவிடுவதற்கு ஐரோப்பாவில் ஆட்கள் இருந்திருக்கிறார்கள். இவர்களிடம் நீங்கள் எத்தனை மணி என்று சொல்லிவிட வேண்டும். குறித்த நேரத்திற்கு வந்து , இசைக்கருவிகளை வாசித்துப் பள்ளியெழச் செய்வார்கள். குறித்த நபரைத் தவிர, அக்கம் பக்கத்தாரும் எழுந்திருந்து, அநாவசியமாக எழுப்பிவிட்டவரை அர்ச்சனை செய்திருப்பார்கள். இன்று இவ்வாறான பணியே நமக்கு நகைப்புக்குரியதாக இருக்கிறது. ஒரு சிறு கருவி இச்செயலை செவ்வனே செய்துவிடுகிறது.

அலார்ம் க்ளாக் போலவே ஏ.ஐ.யும் ஒரு கருவிதான். மிகவும் சக்திமிக்க கருவி. இதனாலும் சில வேலைகள் பாதிக்கப்படும் தான். கோல்டுமென் சாக்ஸ் நிறுவனம் இதுகுறித்த ஆய்வொன்று செய்து முடிவுகளை வெளியிட்டுள்ளது. அதன்படி, ஜெனரேட்டிவ் ஏ.ஐ. தொடர்ந்து விரிவடைந்தால், உலக அளவில் முப்பது கோடி வேலை வாய்ப்புகளில் தாக்கம் ஏற்படக்கூடும். தாக்கம் என்பது முற்றிலுமான வேலை இழப்பு அல்ல. இப்போது இருக்கும் பணிமுறை அப்படியே தொடராது என்று பொருள்.

எந்தவொரு பெரிய தொழில்நுட்பமும் பரவலாகும்போது, அது தன்னுடன் புத்தம் புது வேலைவாய்ப்புகளை உருவாக்கவே செய்யும். ஏ.ஐயும் அதற்கு விதி விலக்கல்ல. ஏ.ஐ.யால் ஏற்படவிருக்கும் புத்தம்புது வேலைகளில் முதன்மையானது ப்ராம்ப்ட் என்ஜினியர். விவரணைப் பொறியாளர் எனலாம். ஏ.ஐ. நாம் சொல்லும் வேலையைச் செய்யும். நாம் சொல்வதை வார்த்தைக்கு வார்த்தை பொருள் பார்த்து அப்படியே. எந்திரன் திரைப்படத்தில் டீ.வியைப் போடச் சொல்லி,

சிட்டி ரோபோவிடம் சொல்வார்கள். சிட்டியும் டீ.வியை கீழே போட்டு உடைத்து விடும். சொன்ன வண்ணமே செய்யும் இந்த ஏ.ஐ.யிடம், நாம் தான் சரியாகச் சொல்ல வேண்டும். அவ்வாறு சொல்வதற்கான விவரணைகளை உருவாக்குபவர் தான் விவரணைப் பொறியாளர். பல்வேறு துறைகளிலும், ஏ.ஐ.க்கு சரியாகச் சொல்லி வேலை வாங்க நிறைய ஆட்கள் தேவைப்படுவார்கள்.

சாட் ஜி.பி.டியை உருவாக்கிய ஓப்பன் ஏ.ஐ. நிறுவனத் தலைவர் சாம் ஆல்ட்மேன், ப்ராம்ப்ட் என்ஜினியரிங் வேலைக்குச் சிறப்பான ஊதியத்தில் பெரும் எண்ணிக்கையிலான ஆட்கள் தேவைப்படும் என்கின்றார். அதெல்லாம் சரி. இந்த வேலைக்கு எப்படித் தயாராவது? இப்போதே, ப்ராம்ப்ட் என்ஜினியரிங் சொல்லித் தரும் நிறைய ஆன்லைன் படிப்புகள் வந்துவிட்டன. அவற்றில் சேர்ந்து, இதற்கான திறமையை வளர்த்துக் கொள்ளலாம். ஏ.ஐ ஆடிட்டர் என்றொரு புதிய வேலை உருவாகும் என்கின்றனர் நுட்பமறிந்த வல்லுநர்கள்.

அதென்ன ஏ.ஐ ஆடிட்டர்?

ஏ.ஐ ஒரு குறிப்பிட்ட முடிவெடுக்கிறது. இம்முடிவில் ஏதேனும் சார்பு நிலை உள்ளதா என ஆராய்வதே ஏ.ஐ ஆடிட்டிங். உதராணமாக, ஒரு வங்கியில் கடன் வழங்கும் முடிவை ஏ.ஐயிடம் விட்டுவிட்டோம் என்று வைத்துக் கொள்ளுங்கள். அது சென்ற மாதத்தில் ஆயிரம் முடிவுகளை எடுத்துள்ளது. இதில் முந்நூறு பேர்களின் லோன் விண்ணப்பம் நிராகரிக்கப்பட்டுள்ளது. அந்த முந்நூறு பேரில் பெரும்பாலானோர், ஒரே மதத்தையோ, ஒரே இனக்குழுவையோ, ஒரே பகுதியையோ சேர்ந்தவர்களாக இருப்பின் ஏ.ஐ எடுத்த முடிவில் சார்பு நிலை இருக்கக் கூடும். இதனை ஆராய்ந்து உறுதி செய்யும் பணியே ஏ.ஐ ஆடிட்டிங் ஆகும்.

“ஏ.ஐ ட்ரைனர்ஸ்” என்றொரு பணி வாய்ப்பும் வரவிருக்கிறது. இது குறிப்பிட்ட ஸ்பெஷாலிட்டி துறைகளில் ஏ.ஐயை ட்ரெய்ன் செய்யும் வேலை ஆகும். ட்ரெய்ன் செய்வது என்றால், சரியான தகவல்களைத் தேர்ந்தெடுத்து ஏ.ஐ.யிடம் காட்டி அதன் லேர்னிங் மாடலை மேம்படுத்துவது. ஒருமுறை ட்ரெய்ன் செய்த ஏ.ஐ காலத்திற்கும் அப்படியே ஓடிக்கொண்டே இருக்காது.

மாறி வரும் சூழல்களைப் பொறுத்து, ஏ.ஐ. ஆடிட்டிங் ரிப்போர்ட்களைப் பொறுத்து இவ்வகையான ட்ரெய்னிங் செய்வதற்கான தொடர் தேவை இருந்து கொண்டே தான் இருக்கும்.

மிகப் பெரிய அளவில் வளர்ந்து கொண்டிருக்கும் மற்றுமொரு துறை மெய்நிகர்த் தொழில்நுட்பத் துறை. இதிலும் மெய்நிகர் மாடல்களை உருவாக்கப் பொறியாளர்கள் தேவைப்படுவர். மெய்நிகர் நுட்பமும் அதிக அளவிலான வேலை வாய்ப்புகளை உருவாக்கப் போகின்றது.

புத்தம்புது வேலைகளை உருவாக்கவிருக்கும் மற்றுமொரு நுட்பம் ட்ரோன்கள். நமது தேவைக்கேற்ப ட்ரோன்களைக் கஸ்டமைஸ் செய்வது, அவற்றைச் சிறப்பாகக் கட்டுப்படுத்தும் சாப்ட்வேர்களை உருவாக்குதல் போன்ற பல்வேறு நிலைகளிலும் எண்ணற்ற வேலை வாய்ப்புகள் உருவாகப்போகின்றன.

இது தவிரவும், 3D ப்ரிண்ட்டிங், சைபர் செக்யூரிட்டி எனப் பல்வேறு பரிமாணங்களிலும் வேலை வாய்ப்புகள் நிச்சயம் பெருகும். நாம் செய்ய வேண்டிய ஒன்றே ஒன்று, நமது திறனை வளர்த்துக் கொள்வது மட்டுமே. விதைக்கும் பருவத்தில் சோம்பலாய் இருந்துவிட்டு அறுவடைக் காலத்தில் அலற்றுவதில் பலனொன்றுமில்லை.

நிச்சயம் புத்தம் புது வேலைகள் உருவாகும். நீங்கள் தகுதிப் படுத்திக் கொண்டால் பணி ஓலையும் தேடி வரும்.

31. டிஜிட்டலில் இந்திய மொழிகள்

இந்தியாவின் அடையாளம் பன்மைத்துவம். வேற்றுமையில் ஒற்றுமை. இங்கு பேசப்படும் பல்வேறு மொழிகளும், இந்தியாவின் பரந்துபட்ட கலாசாரப் பெருமையின் அடையாளங்களே. அலுவல் மொழிகள் மட்டுமே இருபத்தி இரண்டு. இதுபோக ஆயிரத்து ஐநூறுக்கும் மேற்பட்ட மொழிகள் பேசப்படும் சீர்மிகு தேசம் நம் பாரதம். இந்திய மொழிகள் பலவும் மிகவும் தொன்மை வாய்ந்தவை. அதே வேளையில் இன்றைய டிஜிட்டல் உலகிலும் அவை முத்திரை பதித்த வண்ணம் உள்ளன.

மொழிகளின் டிஜிட்டல் உலகப் பயணத்தை மூன்று பெரும் பாகங்களாகப் பிரிக்கலாம். இப்பயணத்தின் முதலடி கணினியில் உள்ளீடு செய்யும் வண்ணம் மென்பொருள் உருவாக்கம். இரண்டாவது படிநிலை இணையம் வந்தபின் அதுசார்ந்த வளர்ச்சி. மூன்றாவது இன்றைய ஏ.ஐ. யுகத்தில் இம்மொழிகளின் பங்கு. ஒவ்வொன்றாகப் பார்ப்போம்.

இன்றளவிலும் கணினிக்குத் தெரிந்த ஒரே மொழி பைனரி. 0 மற்றும் 1. அது தவிர எல்லாமே மொழிமாற்றம்தான். நாம் கணினிக்கு அறிமுகம் செய்த முதல் மொழி ஆங்கிலம். பைனரியில் இரண்டே இரண்டு எழுத்துகள்தான். ஆனால் ஆங்கிலத்தில் கேப்பிடல் எழுத்துகள் இருபத்து ஆறு. ஸ்மால்

லெட்டர்ஸ் இருபத்து ஆறு. ஆக மொத்தம் ஐம்பத்து இரண்டு. இதை உள்ளீடு செய்யக் கீபோர்ட்கள் வடிவமைக்கப்பட்டன. கணினிகள் பல்வேறு நிறுவனங்களால் தயாரிக்கப்பட்டன. அவையனைத்தும் ஒரே மாதிரியான குறியீடுகளைப் பயன் படுத்துவதற்காக உருவாக்கப்பட்டதுதான் ஆஸ்க்கி (ASCII - American Standard Code for Information Interchange).

இது ஒவ்வொரு எழுத்துக்கும் ஓர் எண்ணைக் குறியீடாக ஏற்றுக் கொண்டது. எந்தவொரு கணினியாக இருந்தாலும் A என்றால் அறுபத்து ஐந்து. B என்றால் அறுபத்து ஆறு. இது போல ஒரெழுத்துக்கு ஒரெண் என்ற ஏற்பாடு செய்யப்பட்டது. ஆங்கிலத்திற்கு இது சரியாக இருந்தது. ஆனால் மனிதர்கள் பேசும் மொழிகள் ஏராளம். பிற மொழிகளை உட்செலுத்தும்போது இந்த ஏற்பாடு ஒத்துவரவில்லை. ஏனெனில் வெவ்வேறு மொழிகளில் வெவ்வேறு எண்ணிக்கையிலான எழுத்துகள் இருந்தன.

இந்தப் பிரச்சினையைத் தீர்ப்பதற்காக உருவாக்கபட்டது தான் யூனிகோட் (UNICODE Universal Code). இதை ஆஸ்கியிலேயே ஏன் செய்யவில்லை என்ற கேள்வி எழலாம். ஆஸ்கி என்பது ஏழு பிட்கள் மட்டுமே கொண்டது. பிட் என்பது பூஜ்ஜியம் அல்லது ஒன்றைக் குறிக்கும் பைனரி டிஜிட். இந்த ஏழு பிட்களால் அதிக பட்சம் நூற்று இருபத்து எட்டு எழுத்துகளை மட்டுமே குறிக்க முடியும். யூனிகோட் என்பது பதினாறு பிட்களால் ஆனது. ஒன்பது தானே வித்தியாசம் என்று எண்ணாதீர்கள். யூனிகோடில் அறுபதாயிரத்துக்கும் மேற்பட்ட எழுத்துகளைக் குறிக்க முடியும்.

யூனிகோட் வந்த பின்னர் தான் உலகின் பெரும்பாலான மொழிகள் பலவும் தத்தமது எழுத்துகளுக்கான பிரத்தியேகக் குறியீடுகளைப் பெற்றன. இங்கு மொழிகள் என்று குறிப்பிடுவதை விட எழுத்து வடிவம் என்று குறிப்பிடுவது சரியாக இருக்கும்.

உதாரணமாக இந்திய மொழிகளில் தேவநாகரி என்ற எழுத்துமுறை ஒன்றுக்கும் மேற்பட்ட மொழிகளுக்குப் பயன்படுத்தப்படுகிறது. தேவநாகரியில் ஹிந்தி, மராத்தி, ராஜாஸ்தானி போன்ற பல்வேறு பல்வேறு மொழிகளும் எழுதப்படுகின்றன. இங்கே ஒரே ஸ்க்ரிப்ட், பல மொழிகள்.

இதற்கு மாறாக, ஓரே மொழி, பல ஸ்க்ரிப்ட்களில் எழுதப்படுவதும் உண்டு. உதாரணமாக கொங்கணி மொழி தேவநாகரி, மலையாளம், கன்னடம் மற்றும் ரோமன் ஸ்க்ரிப்ட்களில் எழுதப்படுகிறது.

மீண்டும் யூனிகோடுக்கு வருவோம். எழுத்து வடிவில் உள்ள ஒவ்வொரு எழுத்துக்கும் ஒரு எண் வழங்கப்பட்டிருக்கும். உதாரணமாகத் தமிழ் எழுத்து 'அ' விற்கு **2949**, 'ஆ' விற்கு **2950**.

யூனிகோடின் வருகைக்கு முன் பயன்படுத்தப்பட்ட எழுத்துருக்கள் தனிப்பட்ட என்கோடிங்கை பயன்படுத்தின. முன்பெல்லாம் உங்கள் கணினியில் குறிப்பிட்ட ஃபாண்ட் (எழுத்துரு) இல்லையென்றால் பெட்டி பெட்டியாக வெறும் கட்டங்களாக வரும் திரையை நாம் பார்த்திருப்போம். யூனிகோட் இந்தச் சிக்கலை வெகுவாகக் குறைத்துவிட்டது.

டிஜிட்டல் உலகில் நமது இந்திய மொழிகளுக்கு எழும் சிக்கல்களைத் தீர்க்கும் வண்ணம் இந்திய அரசால் உருவாக்கப்பட்டதுதான் GIST (Graphics and Intelligence based Script Technology).

இண்டிக் கம்ப்யூட்டிங் என்னும் ஒரு ஆராய்ச்சித் துறை உருவாகியுள்ளது. இதன் நோக்கம் நமது மொழிகளுக்கான சாப்ட்வேர்களை உருவாக்கிப் பயன்பாட்டைப் பரவலாக்குவது. இண்டர்நெட்டின் முதன்மை மொழி இன்றளவிலும் ஆங்கிலம் தான். இந்தியாவில் இண்டர்நெட்டின் பயன்பாடு இருந்தாலும் இது பெரும்பாலும் ஆங்கிலத்திலேயே உள்ளது. சீன தேசமும் இதே போன்றதொரு சவாலைத் சந்தித்தது. இணையம் பரவலான போது அவர்களின் முன் இரண்டு வழிகள் இருந்தன. ஒன்று ஆங்கிலத்தை அப்படியே பயன்படுத்துவது. இரண்டாவது அவர்களின் சீன மொழியில் அனைத்து வசதிகளையும் ஏற்படுத்துவது. அவர்கள் சீன மொழியைத் தேர்ந்தெடுத்து இணையத்தின் அனைத்து சேவைகளையும் அவர்களின் மொழியிலேயே பயன்படுத்துகின்றனர்.

நமது பாரத தேசமும் தற்போது நமது மொழிகளின் இணையப் பயன்பாட்டைப் பெருமளவில் ஊக்குவித்து வருகிறது.

இந்திய மொழிகளில் வலைத்தளங்கள், சர்ச் எஞ்ஜின்கள், அனைத்து விதமான ஈ-கவர்னன்ஸ் சேவைகள் ஆகியவற்றை உருவாக்கிவருகின்றோம். இந்தச் சேவைகள் இந்திய மொழிகள் அனைத்திலுமே கிடைக்குமாறு செய்வது கடினமானது தான். ஆனால் இயலாதது அல்ல.

செயற்கை நுண்ணறிவு கோலோச்சிவரும் காலக்கட்டம் இது. இந்திய மொழிபெயர்ப்புத் துறையில் ஏ.ஐ. சார்ந்த பயன்பாடுகள் அதிகரித்த வண்ணம் உள்ளது. மொழி பெயர்க்க பல்வேறு சாப்ட்வேர்கள் உருவாக்கப்பட்டுள்ளன.

அனுவாதினி என்னும் இந்திய மொழி சாப்ட்வேர் பிரபலமடைந்து வருகிறது. இதன் மூலம் மொழிபெயர்பு செய்யலாம். எழுத்து வடிவில் உள்ளவற்றையும், பேச்சு வடிவில் உள்ளவற்றையும் மொழி பெயர்ப்பு செய்யும் வண்ணம் அனுவாதினி வடிவமைக்கப்பட்டுள்ளது. இந்த லிங்க்கை (https://anuvadini.aicte-india.org/) க்ளிக் செய்து அனுவாதினியைப் பயன்படுத்தலாம். செயற்கை நுண்ணறிவுத் தொழில்நுட்பம் மூலம் இயங்கும் இக்கருவி ஒரு சிறந்த முயற்சியாகும். இனி வருங்காலங்களில் இது நிச்சயம் இன்னும் மேம்படுத்தப்படும்.

இந்திய மொழிகளில் செயற்கை நுண்ணறிவு ஆராய்ச்சி மேற்கொள்வதெற்கென்றே பிரத்தியேகமாக ஏ.ஐ ஃபார் பாரத் (AI4Bharat https://ai4bharat.iitm.ac.in/) என்றொரு திட்டம் செயல்படுத்தப்பட்டுள்ளது. IIT மெட்ராஸ் நிபுணர்களின் மேற்பார்வையில் இது உள்ளது. இத்திட்டத்தின் மூலம் அனுவாத் என்றொரு மொழிபெயர்ப்பு சாப்ட்வேர் உருவாக்கப்பட்டுள்ளது. வீடியோக்களுக்கு சப்-டைட்டில்கள் போடச் சித்ரலேகா. இப்படிப் பல முயற்சிகள் மேற்கொள்ளப்பட்டு வருகின்றன.

பாரதம் போன்ற பன்மொழி வளம் கொண்ட தேசம் தொழில்நுட்பத்தால் மென்மேலும் வளர்ச்சியடையும் என்பது உறுதி. நமது மொழிகளில் உள்ள அறிவுக் கருவூலங்கள் டிஜிட்டலுக்கு மாறுவதன் மூலம் அவை நிரந்தரமாகப் பாதுகாக்கப்படும் என்பது பெருமகிழ்ச்சிதான். மொழிகளும், அம்மொழிகளில் நிறைந்து கிடைக்கும் அறிவும் எந்தவொரு தேசத்திற்கும் பெரிய சொத்து. அவ்வகையில் பாரதத்தின் சொத்து அளவிட முடியாதது.

நிச்சயம் ஒவ்வொரு இந்திய மொழியும் பாரத அன்னையின் மகுடத்தில் ஜொலிக்கும் ஒரு வைரமே. கோகினூர் போல இதை யாராலும் திருடிச் சென்று விட முடியாது.

32. புதிய நூறு... பழைய அறுபது...

இன்றைய சூழலில் அதிவிரைவாய் வளர்ந்துவரும் இரண்டு துறைகள், உயிரித் தொழில்நுட்பம் மற்றும் செயற்கை நுண்ணறிவு. பயோ டெக்னாலஜி மற்றும் ஏ.ஐ. இரண்டும் வெவ்வேறு துருவங்கள்போலத் தோன்றும். ஆனால் உண்மை அதுவல்ல. பயோ டெக்னாலஜியும், ஏ.ஐ.யும் ஒன்றினால் மற்றொன்று பயன்பெருகின்றன.

செயற்கை நுண்ணறிவு என்னும் துறையின் அடிநாதமே பயோ-இன்ஸ்பயர்டு கம்ப்யூட்டிங்தான். அதாவது உயிரினங்கள் எவ்வாறு ஒரு சிக்கலை அணுகுகின்றன என்று ஆராய்ந்து அதே போலக் கம்ப்யூட்டர்களைச் செயல்பட வைப்பது.

இங்கு உயிரினங்கள் என்பது மனிதனை மட்டுமே குறிப்பதல்ல. அறிவு என்பது மனித குலத்திற்கு மட்டுமே சொந்தமானது அல்ல. அறிவை அற்றங் காக்கும் கருவியாக அனைத்து உயிர்களுமே பயன்படுத்துகின்றன. உதாரணமாக ஒன்றிரண்டைப் பார்ப்போம். தேன் கூட்டைக் கட்டி எழுப்பும் தேனீக்களின் அறிவு அறிவியலாளர்களை வியக்கவைத்துள்ளது. பூக்களைத் தேடி தேனீக்கள் செல்லும். பூக்கள் இருக்கும் இடத்தைக் கண்டறியும். பூக்களிலிருந்து தேனின் மூலப்பொருளான நெக்டாரைச் சேகரிக்கும். திரும்பிக் கூட்டுக்கு வரும். வந்தபின் “தேனீ நடனம்” என்ற ஒன்றை நிகழ்த்தும். இந்த

நடனத்தை "வேகிள் டான்ஸ்" (Waggle Dance) என்கின்றனர். இந்நடனத்தின் அசைவுகள் பூக்கள் இருக்கும் திசை, தூரம், எவ்வளவு அளவில் நெக்டர் உள்ளது என்பதையெல்லாம் பிற தேனீக்களுக்கு உணர்த்தும். அவையும் இந்தத் தகவல்களைக் கொண்டு எளிதாக அதிகத் தேன் இருக்குமிடத்தை அடையும். திரும்பி வந்தபின் அவையும் தேனி நடனமாடும்.

நவீனத் தகவல் பரிமாற்றக் கட்டமைப்புக்குச் சிறிதும் குறைவில்லாதது தேனீ நடனம். இதனை மையமாகக் கொண்டு சிறப்பான தேடல் அல்காரிதம்கள் உருவாக்கப்பட்டுள்ளன. தனித்த ஒரு தேனியை எடுத்துக்கொண்டால் அது இந்த அறிவினை வெளிப்படுத்தாது. ஒரு கூட்டமாய் இருக்கும்போது மட்டுமே இது வெளிப்படுகிறது. இதனை "ஸ்வார்ம் இன்டலிஜென்ஸ்" (Swarm Intelligence) என்றழைக்கின்றனர். மனிதன் மட்டும்தான் கூட்டமாய் இருக்கும் போது அறிவிழக்கிறான் போல. பிற உயிர்கள் கூடியிருந்து அறிவடைகின்றன.

இதேபோன்ற ஸ்வார்ம் இன்டலிஜென்ஸ் சில வகையான மீன்கள், பறவைகளிடம், யானைகளிடம் கூடக் காணக் கிடைக்கின்றன. இவற்றையெல்லாம் பல்வேறு சிக்கல்களைத் தீர்க்கும் அல்காரிதம்கள்களாக மாற்றியுள்ளனர். உயிரினங்களின் வாழ்வியலை ஆராய்ந்து, அவற்றின் பாரம்பரிய அறிவினைக் கொண்டு, டிஜிட்டல் சிக்கல்களைத் தீர்க்கும் தொழில்நுட்பம் மிகவும் உதவிகரமானது.

இன்று பரபரப்பாய் பேசப்படுவது ஜெனரேட்டிவ் ஏ.ஐ. என்னும் செயற்கை நுண்ணறிவுத் தொழில்நுட்பம். இது தான் சாட் ஜிபிடியாக, படம் வரையும், பாட்டுப்பாடும் ஏ.ஐயாக நாம் பயன்படுத்துகிறோம். இவற்றின் அடிநாதமாக இருப்பவை நியூரல் நெட்வொர்க்குகள். இந்த நியூரல் நெட்வொர்க்குகள் முழுமையுமே உயிரினங்களின் மூளையின் செயல்பாட்டை அடிப்படையாகக் கொண்டவை தான்.

உயிரினங்களிடமிருந்து ஏ.ஐ பயனைடைந்து இருப்பதைப் போல், உயிர்த் தொழில்நுட்பமும் ஏ.ஐயால் பயனடைந்துள்ளது. பயோ டெக்னாலஜி என்பது தொழில்நுட்பம் சார்ந்த உயிரியல். பயோடெக்னாலஜியில் விவசாயம் சார்ந்த, மருந்தியல் சார்ந்த, பயோ-இன்பர்மேட்டிக்ஸ் சார்ந்த பல்வேறு பயன்பாடுகள்

உள்ளன. இவை அனைத்திலுமே செயற்கை நுண்ணறிவு பலனளிக்கத் தொடங்கியுள்ளது.

விவசாய உயிரித் தொழில்நுட்பத்தை எடுத்துக் கொள்வோம். இதில் மெஷின் லேர்னிங் என்னும் ஏ.ஐயால் பல்வேறு பலன்கள் விளைந்துள்ளன. 'ஸ்மார்ட் அக்ரிகல்சர்' என்னும் சொல் பிரபலமாகிவருகிறது. ஸ்மார்ட் அக்ரிகல்சர் என்பது பயோடெக்னாலஜி மூலம் கிடைக்கும் தகவல்களைச் செயற்கை நுண்ணறிவு மூலம் ஆராய்ந்து முடிவுகளை எடுப்பது. இவ்வாறு செய்வதன் மூலம் சுற்றுச்சூழலில் அதிகத் தாக்கம் ஏற்படாமல் நமக்குத் தேவையானவற்றை பயரிட முடிகிறது.

மெடிக்கல் பயோடெக்னாலஜியில் ஏ.ஐயின் பயன்பாடு தொடர்ந்து அதிகரித்து வருகிறது. பெரிய அளவிலான தகவல்களை ஆராய்ந்து அவற்றுள் மறைந்திருக்கும் பேட்டர்ன்களைக் கண்டறிவதில் ஏ.ஐ சிறப்பாகச் செயல்படும். இக்காரணத்திற்காக மெடிக்கல் பயோ டெக்னாலஜியில் ஏ.ஐ பயன்படுத்தப்படுகிறது.

மருந்து கண்டறியும் பணியில் செயற்கை நுண்ணறிவின் பங்கு சிறப்பானது. எவ்வகை மருந்து, எவ்விதமான ரியாக்ஷன்களை ஏற்படுத்துகிறது என்றெல்லாம் அறிந்து கொள்ள ஏஐ உதவுகிறது. இதன் மூலம் உரிய மருந்துகளைத் தேர்ந்தெடுத்துப் பயன்படுத்துவது எளிதாகியுள்ளது. இதேபோலச் சி.டி. ஸ்கேன்கள் மற்றும் எம்.ஆர்.ஐ .ஸ்கேன்களை ஆராய்வதிலும் ஏ.ஐ. உதவுகிறது. இதனால் நோய்களைக் கண்டறிவது மேம்படுகிறது. துறைசார் வல்லுநர்கள் இல்லாத தொலை தூரப் பகுதிகளிலும் ஏ.ஐ.யால் மேற்கொள்ளபடும் நோய் அறிதல் உயிர்காக்கும் ஒன்றாக அமைகிறது.

எலக்ட்ரானிக் ஹெல்த் ரெக்கார்ட்ஸ் என்னும் 'மின்னனு நல ஆவணங்கள்' இப்போது கட்டாயமாக்கப்பட்டு வருகின்றன. நம் எடுத்துக்கொள்ளும் அனைத்து வகையான மருந்துகள், மருத்துவரின் குறிப்புகள், சோதனை முடிவுகள் இவையாவும் தொடர்ந்து இதில் பதியப்படும். இத்தகவல்களைக் கொண்டு, பின்னாளில் நமக்கு ஏற்படக்கூடும் நோய்கள்கள் யூகிக்கும் 'ப்ரிடிக்டிவ் மாடலிங்' என்பதும் மருத்துவத்தில் ஏ.ஐயின் மற்றுமொரு கொடை.

‘பெர்சனலைஸ்டு மெடிசின்’ என்றழைக்கப்படும் தனிநபர் சிறப்பு மருத்துவம் பரவலாகிவருகிறது. ஒவ்வொரு நபருக்கும் அவரது சிக்கலுக்கு ஏற்றபடி துல்லியமான தீர்வுகளை வழங்குவதே இதன் நோக்கம். இங்கும் ஏ.ஐ. மூலம் தகவல் ஆராயப்பட்டு சிறந்த தீர்வுகள் வழங்கப்படுகின்றன. பயோ இன்ஃபர்மெட்டிக்ஸ் என்றொரு துறை உள்ளது. இது பயாலஜி மற்றும் கணினி அறிவியல் ஒன்றாகச் சேருமிடம். இதில் ‘ஜீன் சீக்வன்ஸிங்’ போன்ற சிக்கலான செயல்பாடுகளுக்குக் கணினி அல்காரிதம்கள் பயன்படுத்தப்படுகின்றன.

இனி, வருங்காலங்களில் நானோபாட்கள் எனப்படும் மிகச்சிறிய ரோபோக்கள் உடலுக்குள் செலுத்தப்பட்டு நோய்கள் கண்டறிதல் மற்றும் அதற்கான தீர்வுகள் காணப்படும். நம் உடல் தகவல்களை உடனுக்குடன் சேகரித்து தகவல் மையத்திற்கு அனுப்பிக்கொண்டே இருக்கும் நானோ பாட்கள் நம்முடனேயே இருக்கும் மருத்துவர் போலாகும். இதனால் நோய்க்கான சாத்தியக்கூறுகள் முளைவிடும் பொழுதே கண்டறியபட்டு வாழ்நாள் நீட்டிக்கப்படும்.

உயிரித் தொழில்நுட்பமும் செயற்கை நுண்ணறிவும் ஒன்றிணைந்து நம் உயிர் காக்கும். இன்னும் சில வருடங்களில் நூறு வயதென்பது இப்போதைய அறுபது வயது போல ஆகிவிடும். அதுவரை தேவையற்ற கெட்ட பழக்கங்களால் நம்மை நாமே கொல்லாமல் இருப்பதே நாம் செய்ய வேண்டிய ஒரே செயல். நூறு வயதை எட்டி புதிய அறுபதிற்குத் திரும்புவோம்.

33. 4Kயில் போர்னோ

இணையமெங்கும் நிரம்பி வழிகின்றன ஆபாசக் குப்பைகள். ஒருகாலத்தில் தெளிவற்ற படங்களாய் இருந்த இவை இப்போது மிகத்தெளிவான 4K துல்லியத்திற்கு வந்துசேர்ந்துள்ளன. யார் வேண்டுமானாலும், எப்போது வேண்டுமானாலும், ஒரு நொடியில், ஒரே க்ளிக்கில் அணுகும்படி இவை கிடைக்கின்றன.

ஆதிகாலம் முதலே பாலியல் குறித்த ஓவியங்களும், குறியீடுகளும், கதைகளும், புரளிகளும் உலகெங்கிலும் இருந்து வந்தேதான் உள்ளன. ஆயினும் தற்சமயம் நாம் சந்திக்கும் சிக்கல் முற்றிலும் மாறுபட்டது. எந்தவொரு வரையறையும் இல்லாமல், நாடுகள், கண்டங்கள் என்னும் எல்லைகளைத் தாண்டிப் போர்னோ கண்டென்ட்கள் கிடைப்பது ஒரு பெருஞ் சிக்கல் தான். ஒட்டுமொத்த இண்டர்நெட் ட்ராஃபிக்கில் முப்பது சதமானம் போர்னோ சார்ந்தது. மாதமொன்றுக்கு நான்கு பில்லியன் வ்யூக்கள் வரை செல்லும் போர்னோ தளங்களும் உள்ளன.

இவ்வாறு இவை பல்கிப் பெருகியதற்கு பல்வேறு காரணங்கள் இருக்கின்றன. சோஷியல் மீடியாவின் தாக்கம் முக்கியமான காரணியாகும். யார் வேண்டுமானாலும், மிக எளிதில் வீடியோக்களை, படங்களை அப்லோட் செய்துவிட முடிகிறது.

இதற்கு எந்தவொரு தொழில்நுட்ப அறிவும் தேவையில்லை. சொல்லப்போனால் அறிவே தேவையில்லை.

இரண்டாவது முக்கியக் காரணி பரவலாகிவிட்ட ஸ்மார்ட்ஃபோன் பயன்பாடு. ஸ்மார்ட் ஃபோன்கள் மூலம் தான் போர்னோ கன்டென்ட்கள் அதிகம் பார்க்கப்படுகின்றன. உருவாக்கவும் படுகின்றன.

மூன்றாவது காரணி, அனானிமிட்டி. அதாவது நாம்தான் இதைச் செய்கிறோம் என்று யாருக்கும் தெரியாது என நினைத்துக்கொள்ளுதல். ஆனால் இது உண்மையில்லை. இணையத்தில் அனானிமிட்டி என்ற ஒன்றே கிடையாது. இது ஒரு பொதுவெளி. 'யாருக்கும் தெரியாமல்' என்றெல்லாம் இங்கே எதையுமே செய்துவிட முடியாது.

"சும்மாதான சார்தான் கெடக்கிது. பாத்தா என்ன தப்பு?" என்ற கேள்வி எழுவது இயல்பே. போர்னோவால் ஏற்படும் தாக்கங்கள் மிக அதிகம். பாலியல் குறித்த தவறான புரிதல்கள் ஏற்படுகின்றன. இதனால் உறவுச் சிக்கல்கள் அதிகரிகின்றன. மேற்குலகில் அதிகமிருந்த இதுபோன்ற பிரச்சனைகள் இப்போது இணையத்தின் கைங்கரியத்தால் உலகெங்கும் பரவலாகியுள்ளது.

போர்னோவால் அதிகம் பாதிக்கப்படுவது குழந்தைகள் மற்றும் வளரிளம் பருவத்தினர். இவர்களுக்குள் ஏற்படும் தவறான புரிதல்கள் வாழ்நாள் முழுமைக்கும் இவர்களைப் பாதிக்கப்போகின்றன. குழந்தைகளைக் குறிவைக்கும் போர்னோ தளங்கள் பேராபத்தானவை. இவற்றில் காட்டப்படும் பாலியல் வன்முறைக் காட்சிகள் பார்ப்பவர் மனதில் எதிர்மறையான சிந்தனைகளைத் தூண்டுகின்றன. கொடுமையான பாலியல் வக்கிரங்களை இயல்பெனக் கருதச் செய்கின்றன. குறிப்பாகப் பெண்களுக்கெதிரான குற்றங்கள் அதிகரிக்கவும் இவை காரணமாக அமைகின்றன.

குழந்தைகள் எவ்வாறு இதில் சிக்குகின்றனர்? பெரும்பாலும் எந்தவொரு சராசரிக் குழந்தையும் தானே தேடிச் சென்று, ஒரு பாலியல் தளத்தின் முகவரியை டைப் செய்வதில்லை. அவர்கள் இணையத்தில் வேறேதோ செய்து கொண்டிருகின்றனர். திடீரென அவர்களுக்குப் பாப்-அப் ரக விளம்பரங்கள்

காட்டப்படுகின்றன. இவற்றை க்ளோஸ் செய்வதும் கடினமாக உள்ளது. எனவே தவறுதலாய் க்ளிக் செய்து இவ்வகைத் தளங்களுக்குள் சிக்கிக் கொள்கின்றனர்.

நம் குழந்தைகளை இவற்றிலிருந்து காக்க என்ன செய்யலாம்?

நிச்சயம் இண்டர்நெட் வேண்டாம் என்று சொல்லிவிட முடியாது. பேரன்ட்டல் கண்ட்ரோல் சாஃப்ட்வேர்கள் உள்ளன. தங்கள் கணினியில் குழந்தைகள் என்ன செய்கின்றனர் என்பது குறித்த தகவல்களைப் பெற்றோருக்குத் தருகின்றன இந்தச் சாப்ட்வேர்கள். மேலும் இதைச் செய்யலாம், இதைச் செய்ய முடியாது என்று கட்டுப்படுத்த முடியும். ஆனால் இது மட்டுமே தீர்வாகாது. என்னதான் தடை போட்டாலும், அதை உடைப்பதற்கும் வழிமுறைகள் உள்ளன. குழந்தைகளிடம் திறந்த மனதுடன் பெற்றோர் இதுகுறித்துப் பேசுவது மிக அவசியம். நாம் சரியான முறையில் அவர்களிடம் இவைபற்றிப் பேசாவிட்டால், வேறு யாரிடமிருந்தாவது தவறாகக் கற்றுக் கொள்வார்கள்.

போர்னோ குறித்த காட்சிகளுக்கு முதன்முதலாக எக்ஸ்போஸ் ஆகும் சிறார்கள் நிச்சயம் ஒருவிதமான மனக்குழப்பத்திற்கு ஆளாவார்கள். அத்தகைய சூழலில் அவர்கள் பெற்றோரிடம் இதுகுறித்துப் பேசத் தயக்கம் கொள்வார்கள். இவையாவும் இயற்கையே. ஆயினும், நம் அம்மா, அப்பாவிடம் இதுகுறித்துப் பேசினால் நிச்சயம் திட்டிவிட மாட்டார்கள் என்ற நம்பிக்கையைச் சிறார்களுக்கு அளிப்பது பெற்றோரின் கடமை.

தோழமை கலந்த, திறந்த மனதுடன் கூடிய, தம் குழந்தைகள்மீது அதீத நம்பிக்கை கொண்ட பெற்றோருக்கு மட்டுமே இது சாத்தியம். அவ்வாறு இருப்பது மட்டும் தான் இந்தப் பெருஞ் சுழலில் சிக்கிக்கொள்ளாமல் குழந்தைகளைக் காக்கும். பாலியல் குறித்த முறையான கல்வி என்பது இன்றைய சூழலில் மிகவும் அவசியம். நமது கல்விநிறுவனங்களும், குடும்பங்களும் கட்டாயம் இதைச் செய்ய வேண்டும்.

பலப்பல வருடங்களாகவே இணையத்தில் போர்னோ கண்டென்ட்கள் இருந்து வருகின்றன. ஆயினும் சமீபத்தில்

வந்திருக்கும் மாற்றம் செயற்கை நுண்ணறிவால் நிகழ்ந்துள்ளது. ஆபாசப் படங்களை எப்படி வேண்டுமானாலும் மாற்றியமைப்பதை ஏ.ஐ எளிதாக்கியுள்ளது.

டீப் ஃபேக் (Deep Fake) என்னும் நுட்பத்தின் மூலம் எளிதில் படங்களில், வீடியோக்களில் முகம் மாற்ற இயலும். ஏற்கனவே இணையத்தில் இருக்கும் ஆபாச வீடியோ ஒன்றில், வேறொருவரின் முகத்தைப் பொருத்துவது டீப் ஃபேக். அவ்வாறு மாற்றப்பட்டிருப்பது எளிதில் கண்டறியா வண்ணம் இருப்பதுதான் இதன் முக்கியச் சிக்கல்.

ஒருவர் பேசாத ஒன்றை பேசியது போலச் சித்தரிப்பதும் எளிதாகியுள்ளது. எல்லாமே ஏ.ஐ செய்யும் மாயம் தான்.

இவ்வாறு படங்களை, ஆடியோக்களை, வீடியோக்களை ஏ.ஐயின் துணையுடன் திரித்து வெளியிடுவது போர்னோ தளங்களில் இப்பொழுது வேகமாகப் பரவிவருகிறது.

இணையத்தில் இவற்றையெல்லாம் செய்வது சட்டப்படி குற்றம் தான். பிறகு ஏன் இதையெல்லாம் செய்கிறார்கள்? போர்னோ என்பது மிகப் பெரிய செல்வம் கொழிக்கும் ஒன்றாக மாறியுள்ளது. அதிகப் பார்வையாளர்கள். எனவே அதிக விளம்பரங்கள். மேலும் பணம் செலுத்தத் தயங்காத யூஸர்களை அதிகம் கொண்டவை போர்னோ தளங்கள் தான்.

கடுமையான சட்டங்கள் அவசியம்தான். ஆயினும் சட்டங்களாலும் அவை தரும் தண்டனைகளாலும் மட்டுமே இக்குற்றங்களை முழுமையாகத் தடுத்துவிட முடியாது. சரியான புரிதல்களை ஏற்படுத்துவது மட்டுமே நிரந்தரமான தீர்வாக அமையும். திரைப்படங்கள் வந்தபோதும், தொலைக்காட்சிகள் வந்தபோதும் அவையும் பாலியல் கண்டென்ட்களைக் கொண்டுவந்தன. அப்போதும் இதே போன்றதொரு பரபரப்பு நிலவியது. இன்று இணையம் அதைச் செய்து கொண்டிருக்கிறது.

இணையம் அவற்றைவிடப் பலம் வாய்ந்ததுதான். எதிராளி பலசாலி என்பதால் பேரிடாமலேயே தோற்பது அவமானம். நமது வலிமையை முறையாகப் பயன்படுத்துவதும், ஸ்மார்ட்டாகச் சண்டை செய்வதுமே வெற்றிக்கு வழி. போர்னோ போரில் வெற்றிபெற இதுவே சிறந்த உபாயம்.

34. ரோபோ சமுதாயம் வாழ்கவே

ரோபோ என்றால் நம் நினைவுக்கு வருவது எந்திர மனிதன். இரண்டு கைகள், இரண்டு கால்கள், ஒரு தலை. மனித உருவை ஒத்திருக்கும் எந்திரம். ஆனால் ஒரு ரோபோ என்பது இப்படித் தான் இருக்க வேண்டுமென்று அவசியமில்லை. பல தரப்பட்ட ரோபோக்கள் உள்ளன. ரோபோக்கள் எதிர்காலத்தில் என்றோ ஒரு நாள் உருவாக்கப்படப் போகும் எந்திரம் அல்ல. இன்றைக்கே ரோபோக்கள் இருக்கின்றன.

பல்வேறு தொழிற்சாலை சார்ந்த செயல்பாடுகளுக்கு ரோபோக்கள் பயன்படுத்தப்பட்டு வருகின்றன. உதாரணமாகக் கார் தயாரிக்கும் தொழிற்சாலையில் உதிரிப் பாகங்களை ஒன்றிணைக்கும் பணியை ரோபோக்கள் செய்கின்றன. கார் மட்டுமன்றி, பல்வேறுவகையான கருவிகளைத் தயாரிக்கும் அசெம்பிளி லைன்களில் ரோபோக்கள் உதவுகின்றன. இவ்வாறான ரோபோக்கள் பெருமளவில் பரவலாகி வருகின்றன. ரோபோட்டிக்ஸ் துறை இன்னும் சில வருடங்களில் இருநூறு பில்லியன் அமெரிக்க டாலர்கள் புழங்கும் மாபெரும் துறையாக வளரும் என்கின்றனர்.

ரோபோக்களைப் பயன்படுத்துவதால் என்ன லாபம்?

முதலாவது உற்பத்தித் திறன் அதிகரிப்பு. அதே வேளையில் தரத்தில் சற்றும் பிசகாத தன்மை. ஒரே வேலையைக் கோடி முறை திரும்பத் திரும்பச் செய்யச் சொன்னாலும் ரோபோக்கள் செய்யும். அவை சலிப்படைவதில்லை. ஒரு மணி நேரத்திற்கு ஒரு முறை டீயைக் குடிக்காது. ரோபோ எந்திரத்தில் பழுது ஏற்படாதவரை தனக்கிடப்பட்ட பணியை ஓயாது தொடரும்.

சில பணிச்சூழல்கள் மனிதன் வேலை செய்ய ஏற்றதாக இருக்காது. அதிக அழுத்தம், வெப்பம், மாசு, கதிரியக்கம் போன்றவை தொழிலாளர்களின் உடல் நலத்திற்குத் தீங்காகும். இவ்வாறான பணிச்சூழல்களிலும் ரோபோக்கள் திறமையாகச் செயல்படும். ரோபோக்கள் செய்யும் பணியில் மாற்றங்கள் கொண்டுவருவதும் எளிது. மீள் நிரலாக்கம் (reprogramming) செய்துவிட்டால், சமத்தாக என் கடன் இப் புதிய பணி செய்து கிடப்பதே என்றிருக்கும்.

லாபத்தை மட்டுமே கணக்கில்கொள்ள முடியாது அல்லவா? அவற்றால் விளையக்கூடும் நஷ்டங்களையும் அறிந்து கொள்வோம். ரோபோக்கள் சில துறைகளில் தொழிலாளர்கள் தேவையைப் பெருமளவில் அழித்துவிடும் வாய்ப்புகள் உள்ளன. அது போன்ற துறைகளில் வேலை இழப்பு அபாயம் உண்டு. இரண்டாயிரத்து முப்பதாம் ஆண்டுக்குள் இப்போதிருக்கும் வேலைவாய்ப்புகளில் முப்பது சதமானம் ரோபோக்களால் இல்லாமல் போகும் என்று கணிக்கப்படுகிறது.

ரோபோக்கள் சொன்னதைச் செய்யும். அவை அறிந்திராத சிக்கல்களைச் சந்திக்கும்போது தடுமாற்றம் அடையும். புத்தம்புதுச் சூழலில் எவ்வாறு செயல்பட வேண்டும் என்று ரோபோக்கள் முடிவெடுப்பது சிக்கல். வளர்ந்துவரும் ஏ.ஐ, ரோபோக்களுக்கு இவ்வகையான ஆற்றலை வழங்க முயன்று வருகிறது. மேலும் இவற்றிற்கான ஆரம்பகட்டச் பொருட்செலவு அதிகமென்பதால், பெருநிறுவனங்களுக்கே இது சாதகமாக அமையும். இதனால் சமவாய்ப்புக் கிடைப்பதில் சிக்கல்கள் எழும்.

இவையெல்லாம் ஒருபுறம் இருந்தாலும், மின்னல் வேகத்தில் வளர்ந்துவரும் செயற்கைத் நுண்ணறிவு ரோபோக்களின் பயன்பாட்டினைப் பரவலாக்கும். பெரும்பாலும் தொழிற்சாலைச்

சூழல்களில் மட்டுமே இன்றைக்கு இருக்கும் ரோபோக்கள் நமது அங்காடிகளில், வீடுகளில் என எல்லா இடங்களிலும் காணக்கிடைக்கும்.

உலக அளவில் வயது முதிர்ந்தோர் எண்ணிக்கை அதிகரித்து வருகிறது. அவர்களுக்கு உதவும் வண்ணம் ரோபோக்கள் வரக்கூடும். அவர்களுக்குப் பேச்சுத் துணையாக மட்டுமன்றி, அன்றாடப் பணிகளைச் செய்து கொடுக்கும் செல்லப் பிள்ளைகளாகவும் ரோபோக்கள் மாறலாம்.

எக்ஸோ ஸ்கெலிட்டன் என்று ஒன்றுள்ளது. உடல் அவயங்கள் செயலிழந்தோருக்கு உதவுபவை இவை. மனித உடலுடன் பொருத்திக் கொள்ளும் வகையில் இவை வடிவமைக்கப்பட்டிருக்கும். இவற்றின் துணையுடன் அவர்கள் எழுந்து நடக்கவும், கைகளைப் சிறப்பாகப் பயன்படுத்தவும் இயலும். எக்ஸோ ஸ்கெலிட்டன்கள் போர், விபத்து போன்ற பல்வேறு தீமைகளால் உடல் அவயங்களை இழந்தோருக்கு மறுவாழ்வு அளிக்கின்றன.

சாராசரியாய் நமது உடலின் செயலாற்றைக் கூட்டவும் எக்ஸோ ஸ்கெலிட்டன்கள் பயன்படும். இவை வருங்காலங்களில் இன்னும் மேம்பாடு அடைந்து தேவைப்படும் அனைவருக்குமே கிடைக்கும்படி மாறும். அறுவை சிகிச்சைகள் செய்யும் ரோபோட்கள் இப்பொழுதே உள்ளன. இவற்றின் திறன் மேலும் அதிகரிக்கும். அறுவை சிகிச்சை மட்டுமன்றி நோயாளிகளைக் கண்காணிக்கவும், பார்த்துக்கொள்ளவும் ரோபோக்கள் அதிகளவில் பயன்படுத்தப்படும்.

வானியல் ஆராய்ச்சித் துறையில் பெரும் மாற்றத்தை ஸ்மார்ட் ரோபோக்கள் செய்யும். பூமி தவிர எந்தவொரு கிரகமும் மனித உடலுக்கு ஏற்றதாக இல்லை. எனவே தொலைதூர விண்வெளி ஆய்விலும் ரோபோக்களின் பங்கு சிறப்பானதாக அமையும்.

திரைப்படங்களில் காட்டப்படுவது போல், ரோபோக்கள் மனிதர்கள்மீது போர் தொடுக்குமா? மனிதர்களுக்குத் தீங்கிழைக்கும் எந்தவொரு செயலையும் செய்யக் கூடாது என்பது தான் ரோபோக்களின் அடிப்படை விதி. அவ்விதியை "கெட்ட ரோபோக்கள்" மீறிவிட்டால் என்ன செய்வது?

ரோபோக்கள் அவற்றிற்குள் கோட் செய்யப்பட்டிருக்கும்

அல்காரிதத்தின் படி செயல்படுபவை. அல்காரிதத்தின் படி மட்டுமே அவற்றால் செயல்பட முடியும். இந்த அல்காரிதங்களின் அவற்றின் 'தலைவிதி' என்று கூடச் சொல்லலாம். நாம் தவறாகக் கோட் செய்யாதவரை எந்தப் பேராபத்தும் ஏற்படாது.

மனிதர்களுடன் ரோபோக்கள் இணைந்து செயல்படும் ஓர் சூழல்தான் வருங்காலத்தில் ஏற்படும். என்னதான் மனித உடலமைப்புடன் இருந்தாலும் இவை எந்திரங்களே. நம் வாழ்வை எளிதாக்க, நாம் சந்திக்கும் அன்றாடச் சிக்கல்களைத் தீர்க்க ரோபோக்கள் உறுதுணையாக இருக்கும்.

திரைப்படக் கதைகளில் மட்டும்தான் மனிதனைக் காதலிக்கும் ரோபோட் போன்ற அபத்தங்கள் நிகழும். காதல் என்று வந்தபின் மனிதனே ரோபோவாக மாறுவதுதானே இயல்பு. சாக்கடை அள்ளுவது முதல், சந்திரயான் வரை எங்கெங்கும் ரோபோ சமுதாயம் தலையெடுத்து வருகிறது. தொழில்நுட்பத்துடன் இயைந்து வாழும் வாழ்விற்குப் பழகிக்கொள்ள வேண்டியதுதான். வாங்க பழகலாம்.

ஊர்த் திருவிழாக்களில் ஜோசியம் சொல்லிக்கொண்டிருப்பவை ரோபோக்கள் இல்லை என்று தெளிவுபடுத்திக் கொள்வதுதான் ரோபோட்டிக்ஸ் கற்பதன் முதல் படி.

35. ஃபோன் கல்யாணம்

ஸ்மார்ட்ஃபோன்களும் மனிதர்களைப் போன்றவை தான். பெர்பெக்ட் என்று ஒன்று கிடையாது. எல்லா ஸ்மார்ட் ஃபோனிலும் எதாவது ஒரு குறைபாடு நிச்சயம் இருக்கும். நமது தேவைகளைப் பூர்த்தி செய்கிறதா என்று மட்டும் பார்த்தால் போதும்.

ஸ்மார்ட்ஃபோன் பயன்பாடு உலகெங்கிலும் கடந்த சில ஆண்டுகளில் வெகுவாக அதிகரித்துள்ளது. சில இடங்களில் அரசுகளே ஸ்மார்ட் ஃபோன்கள் வழங்கும் திட்டமெல்லாம் செயல்படுத்தி வருகிறது. ஸ்மார்ட் ஃபோன்கள் எவ்வாறு இவ்வளவு முக்கியத்துவம் பெற்றன? இன்றைய சூழலில் நாம் பல்வேறு சேவைகளை இணையத்திலிருந்து பெறுகிறோம். இணையத்தை அணுக ஸ்மார்ட் ஃபோன்கள் மிகவும் ஏதுவாக உள்ளன. எங்கும், எப்போதும் நம்முடனேயே இருக்கும் கருவி என்பதால் இது மிகவும் வசதியாக உள்ளது.

பெயரில் என்னவோ "ஃபோன்" என்றுதான் இருக்கிறது. ஆனால் தொலைபேசியாக இவை பயன்படுவதை விடப் பிற காரணங்களுக்காகப் பயன்படுவதே அதிகம். கேமராவாக, பாட்டுக் கேட்கும் கருவியாக, ஸ்கேனராக, நாம் செல்லும்

இடங்களுக்கான பாதை காட்டியாக, பாக்கெட்டிலியே இருக்கும் வங்கியாக, இவ்வாறு பலவாகவும் ஸ்மார்ட் ஃபோன்கள் இருக்கின்றன. இளந்தலைமுறையினருக்கு ஸ்மார்ட்ஃபோன்கள் ஸ்டைல் ஸ்டேட்மெண்ட்டாகவும் உள்ளன. நீங்கள் வைத்திருக்கும்ஸ்மார்ட் ஃபோன் உங்கள் அடையாளம் என்னும் அளவுக்கு மாறியுள்ளது.

ஸ்மார்ட்ஃபோன்களை அடிக்கடி மாற்றுவதும் பரவலாகியுள்ளது. அவ்வாறு மாற்ற எண்ணும்போது, எழும் பெருஞ் சிக்கல் “எந்த ஃபோன் வாங்குவது...?” என்பதுதான்.

கெட்டாலும் ஆப்பிள் மக்கள், ஆப்பிள் மக்களே. அவர்களது குழப்பம் ஆப்பிளுக்குள் என்னென்ன ஆப்ஷன்களுடன் வாங்குவது என்பதோடு முடிந்து விடுகிறது. தவிரவும், அவர்களுக்கான ஆப்ஷன்களும் குறைவு தான். ஒரு வகையில் இதுவும் நல்லதுதான்.

ஆனால் ஆண்ட்ராய்ட் என்று எடுத்துக்கொண்டால், கொட்டிக்கிடக்கின்றன எண்ணற்ற மாடல்கள். எத்தனை ப்ராண்ட்கள், எத்தனை மாடல்கள் என்று கணக்கே இல்லை. இதிலிருந்து ஒன்றைத் தேர்ந்தெடுப்பது என்பது மிகவும் சிரமமான ஒன்றுதான்.

நாம் வாங்க முடிவு செய்திருக்கும் ஃபோன், மிகச் சிறந்த ஃபோன் போலத் தான் தெரியும். இது வாங்கிமுடியும் வரை மட்டுமே. அதன் பின்னர் அதன் குறைகள் பளிச்சென்று நமக்குத் தெரியும். ஸ்மார்ட் ஃபோன்கள் மட்டும் தானா இவ்வாறு இருக்கின்றன?

முதலில் ஃபோன் வாங்க நினைக்கும்போது என்னவெல்லாம் செய்யக் கூடாது என்று தெரிந்துகொள்வோம். நமது நண்பரிடம் இருக்கிறது என்ற ஒரே காரணத்திற்காக ஒரு மாடலைத் தேர்வு செய்யக் கூடாது. அவரின் தேவை வேறாக இருக்கலாம். ஒரு ஃபோனுக்கு திடீர்த் தள்ளுபடி போட்டிருக்கிறார்கள் என்பதற்காக மட்டுமே அதைத் தேர்வு செய்யக் கூடாது.

புதிதாக ஒரு ஃபோன் லான்ச் செய்யப்படும்போது, சில கவர்ச்சிகரமான வசதிகளைப் பூதாகரமாக விளம்பரப்படுத்து வார்கள். உதாரணமாக இந்த ஃபோனில் நான்கு கேமரா

லென்ஸ்கள் உள்ளன என்பார்கள். நீங்கள் அதிகளவில் ஃபோட்டோவே எடுக்கமாட்டீர்கள் என்றால் அது உங்களைப் பொறுத்த அளவில், வாங்கும் முடிவுக்கான காரணியாக அமையக் கூடாது.

சரி. என்னவெல்லாம் முக்கியமாகக் கவனிக்க வேண்டும்?

எல்லாவற்றையும் விட மிக முக்கியக் காரணி பேட்டரி. உங்கள் ஃபோனில் என்னவெல்லாம் வசதிகளும் இருந்தாலும், சிறந்த பேட்டரி இல்லையென்றால் எதையுமே நீங்கள் நன்றாகப் பயன்படுத்த இயலாது. 'பேட்டரி பதற்றம்' (Battery Life Anxiety) என்பது இளந்தலைமுறையினரிடம் காணப்படும் வினோதமான சிக்கல். சார்ஜ் செய்வதற்கான ப்ளக் பாயிண்ட்களை தேடி அலைந்து கொண்டே இருப்பது.

ஃபோன் வாங்கும்போது பேட்டரியின் அளவில் சமசரம் செய்யாதீர்கள். சிலரெல்லாம் ஃபோனுக்கும், பவர் பேங்குக்கும் கால்கட்டுப் போட்டு வைத்திருப்பர். இது மிகவும் அசௌகரியமானது. நீங்கள் வாங்க முடிவு செய்யும் மாடலில் உச்சபட்ச பேட்டரி ஆப்ஷனுடன் வாங்கிவிடுங்கள்.

பேட்டரிக்கு அடுத்ததாக முக்கியமாகப் பார்க்க வேண்டியது திரை. டிஸ்ப்ளே. எப்போதும் அதைத்தானே முறைத்துக்கொண்டே இருக்கின்றோம். திரையின் அளவு தான் ஃபோனின் சைஸை முடிவு செய்கிறது. சிறந்த திரைத் துல்லியம் (resolution) மிகவும் அவசியம். குறிப்பாக நீங்கள் டெக்ஸ்ட் கண்டென்ட்களை உங்கள் ஃபோனில் அதிகம் வாசிப்பீர்கள் என்றால் இதில் கொஞ்சமும் காம்ப்ரமைஸ் செய்யக் கூடாது.

திரைக் கண்ணாடியின் உறுதித் தன்மையையும் பார்த்துக் கொள்ளுங்கள். கொரில்லா க்ளாஸ் என்றெல்லாம் குறிப்பிட்டிருப்பார்கள். தவறிப் ஃபோன்கள் கீழே விழும் தருணத்தில் பலரும் ஒரு மினி ஹார்ட் அட்டாக்கே வந்து விட்டது போல உணர்வார்கள். ஸ்க்ரீன் உடைந்து மாற்றினால் ஃபோனில் பழைய பெர்பார்மன்ஸ் வருமா என்பது சந்தேகமே.

கார்களுக்கு எஞ்ஜின் போலே ஃபோன்களுக்குப் ப்ராசஸர்கள். முன்பெல்லாம் கம்ப்யூட்டரிலேயே ஒரே ஒரு ப்ராசஸர் தான்

இருந்தது. ஆனால் இப்போது ஃபோன்களில் கூடப் பல்வேறு ப்ராசஸர்கள் வருகின்றன. நான்கு இருந்தால் குவாட் கோர் (Quad Core). எட்டு இருந்தால் ஆக்டா கோர் (Octa Core) என்று குறிப்பிட்டிருப்பார்கள்.

உச்சபட்ச வேகம் கொண்ட ப்ராசஸர் தான் வேண்டுமென்றில்லை. நீங்கள் ஃபோனில் அதிகளவு கேம்கள் எல்லாம் விளையாட மாட்டீர்கள் என்றால் வேகம் குறித்தெல்லாம் பெரிதாக அலட்டிக்கொள்ளத் தேவையில்லை. இன்றைக்கு வரும் பெரும்பாலான ப்ராசஸ்ரகள் நல்ல வேகம் கொண்டவைதான்.

யூ-ட்யூப் ரிவியூக்களில் இந்தப் ப்ராசஸர் சூடாகிறது என்றெல்லாம் அடித்து விடுவார்கள். எல்லா ரிவ்யூக்களையும் நம்பாதீர்கள். தொடர்ந்து கேம் விளையாடினால், மல்ட்டி மீடியா சாப்ட்வேர்களை பயன்படுத்தினால் ஹீட் ஆகத் தான் செய்யும். சாதாரணமாக ஃபோன் பேசும் போதே ஹீட் ஆகிறது என்றால் அதுதான் சிக்கல். அதை மட்டும் ர்வியூக்களில் பார்த்துக் கொள்ளுங்கள்.

ஸ்மார்ட் ஃபோன்கள் பல்கிப்பெருகியதற்கு முக்கியக் காரணம் “செல்ஃபி”. நம்மை நாமே படமெடுத்து ரசிப்பது. நீங்கள் ஒரு போட்டோ பிரியர் என்றால், எத்தனை ஜான் ஃபோனுக்கும் கேமராவே பிரதானம். கேமராவை செலக்ட் செய்யும்போது வெறுமனே ‘மெகா பிக்ஸல்’ கணக்கு மட்டுமே பார்க்காதீர்கள். அவற்றின் ப்ராண்ட், பல்வேறு ஒளி அளவுகளில் எவ்வாறு செயல்படுகிறது என்று பார்த்து வாங்குங்கள்.

5G என்ற ஒரே காரணத்திற்காக ஒரு ஃபோனைத் தேர்வு செய்யத் தேவையில்லை. ஃபோனின் உறுதித் தன்மை மிகவும் முக்கியம். இப்போது சிறந்த ப்ராண்ட்கள் இந்த விஷயத்தில் அதிக கவனம் செலுத்துகின்றன. எனவே பில்ட் க்வாலிட்டி மீதும் ஒரு கண் வைத்துக்கொள்ளுங்கள்.

‘ஃபர்ஸ்ட் டே ஃபர்ஸ்ட் ஷோ’ பார்ப்பது போல, ஒரு ஃபோன் அறிமுகமான அன்றே வாங்க வேண்டும் என்று பலரும் வரிசைகட்டி நிற்கிறார்கள். அந்தப் ஃபோனில் என்ன சிக்கல் உள்ளதென்று தெரிய நிச்சயம் சில வாரங்கள் ஆகும். அதற்கான தீர்வுடன் அப்டேட்டட் வெர்ஷன்கள்

வரும். எனவே கூடிய மட்டும் இதனைத் தவிர்த்தல் நலம். அதேபோல, உங்களின் பழைய ஃபோனைக் கொடுத்துப் புதுப் ஃபோன் வாங்கும்போது, அதிலுள்ள அனைத்தையும் முற்றிலும் அழித்துவிடுங்கள். எக்காரணம் கொண்டும், உங்களின் தகவல்களோடு கொடுத்துவிடாதீர்கள்.

எல்லாவற்றையும்விட மிக முக்கியக் காரணி பட்ஜெட். எவ்வளவு செலவு செய்யத் தயாராக உள்ளீர்கள் என்பது தான் என்ன ஃபோன் வாங்க முடியும் என்பதை முடிவு செய்கிறது. நீங்கள் செலவு செய்யும் பணம் உங்கள் தேவைக்கு ஏற்றது தானா என்ற கேள்வியை நீங்களே உங்களுக்குள் கேட்டுக் கொள்ளுங்கள்.

உங்கள் ஆசைக்குப் ஃபோன் வாங்குவதை விடத் தேவைக்குப் ஃபோன் வாங்குங்கள். ஃபோனுடன்தான் அதிக நேரம் இருக்கப் போகின்றீர்கள். இது கிட்டத்தட்ட ஃபோனைக் கல்யாணம் செய்து கொள்வது போலத் தான். எனவே இந்தச் சம்பந்தத்தை முடிவு செய்யும் முன்பாக ஜாதகம் பார்த்து விடுங்கள். ஃபோனுக்கும் உங்களுக்கும்.

---

www.ingramcontent.com/pod-product-compliance
Lightning Source LLC
LaVergne TN
LVHW100301051026
849517LV00006B/2167

* 9 7 8 9 3 9 5 5 1 1 5 7 5 *